રમત આટાપાટાની

પ્રફુલ્લ કાનાબાર

પ્રાપ્તિસ્થાન

ગૂર્જર સાહિત્ય ભવન

રતનપોળનાકા સામે, ગાંધીમાર્ગ, અમદાવાદ-380001

ફોન : 079-22144663, 22149660

e-mail: goorjar@yahoo.com

સંસ્કાર સાહિત્ય મંદિર

5, N.B.C.C. હાઉસ,

સહજાનંદ કૉલેજ પાસે,

પોલિટેકનિક,

અમદાવાદ-380015

ફોન : 079-26304259

ગૂર્જર સાહિત્ય પ્રકાશન

102, લૅન્ડમાર્ક બિલ્ડિંગ,

ટાઇટેનિયમ સિટીસૅન્ટર પાસે, સીમા હૉલની સામે,

100 ફૂટ રોડ, પ્રહ્લાદનગર, અમદાવાદ-15

ફોન : 26934340, મો. 9825268759

ઇમેલ : gurjarprakashan@gmail.com

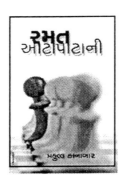

કિંમત ₹ 130 | પ્રથમ આવૃત્તિ : 2015

RAMAT ATAPATANI

Short Stories by Prafulla Kanabar
Published by Harsh Prakashan,
403, Omdarshan Flats, Mahalakshmi For Raod, Paldi,
Ahmedabad-380 007, India.

© લેખકના

પૃષ્ઠ : 10+150
ISBN : 978-93-85260-06-3
નકલ : 1000

પ્રકાશક : **હર્ષ પ્રકાશન**
અલકાબહેન પંકજભાઈ શાહ : 403, ઓમદર્શન ફ્લેટ્સ, મહાવીર સોસાયટી,
મહાલક્ષ્મી ચાર રસ્તા, પાલડી, અમદાવાદ-380 007.

ટાઇપસેટિંગ : **શારદા મુદ્રણાલય**
201, તિલકરાજ, પંચવટી પહેલી લેન, એલિસબ્રિજ, અમદાવાદ-380 006

મુદ્રક : **ભગવતી ઑફસેટ**
સી/16, બંસીધર એસ્ટેટ, બારડોલપુરા, અમદાવાદ-380 004

અર્પણ

માતુશ્રી વિજયાબહેન
તથા
જીવનસંગિની જયશ્રીને
જેમનાં સમર્પણ સામે
આ અર્પણ કોઈ વિસાતમાં નથી.

સંવેદના
અને સમજણની વાર્તાઓ

સંવેદના વગર સાહિત્યનું સર્જન થતું નથી. શબ્દો દિલમાંથી નીકળે તો જ એ વાચકના દિલને સ્પર્શે. શબ્દોનો ઉપયોગ સતર્કતાથી થવો જોઈએ. શબ્દમાં રણકો ન હોય તો શબ્દ બોદો વાગે છે. પ્રફુલ્લ કાનાબારની વાર્તાઓમાં શબ્દોની સચોટતા એટલે વધે છે, કારણ કે એમને શબ્દોની ગૂંથણી ફાવે છે. વેરાયેલાં ફૂલોની વેણી બનાવવી એટલે એક વાર્તાનું સર્જન કરવું.

પ્રફુલ્લભાઈની વાર્તા ક્યાંય ખોટી રીતે લંબાતી નથી. વાર્તાના અંતમાં એક ઝાટકો હોય છે જે દિલને લાંબા સમય સુધી ઝણઝણાવતો રહે છે. એમની વાર્તાનાં પાત્રોમાં સ્પષ્ટતા છે, ક્લેરિટી છે અને ડેપ્થ છે. કોઈ વાર્તા એમ ને એમ લખાતી નથી. ખોવાઈ જવું પડતું હોય છે. એક સપનું જોઈને બહાર આવવાનું હોય છે.

પ્રફુલ્લ કાનાબારની ઘણી વાર્તાઓ 'સંદેશ'ની પૂર્તિ તથા 'અભિયાન'માં પ્રસિદ્ધ થઈ છે. માત્ર અને માત્ર એટલા માટે કે એ છાપવા અને વાંચવા યોગ્ય હતી. વાર્તાઓમાં છેલ્લે 'મેરિટ્સ' જ કામ કરતું હોય છે. પ્રફુલ્લભાઈમાં એ છે! પ્રફુલ્લ કાનાબારની વાર્તામાં વેરાઇટીઝ છે, દરેક વાર્તામાં નવીનતા હોય છે. ગુજરાતીમાં સારી નવલિકાઓ હવે શોધવી પડે તેમ છે ત્યારે પ્રફુલ્લભાઈની નવલિકાઓ વાંચીને હાશકારો થાય છે.

પ્રફુલ્લભાઈએ હવે તેમનો વ્યાપ વધારી નવલિકામાંથી નવલકથા તરફ પ્રયાણ કરવાની જરૂર છે. નદીઓ છોડી હવે દરિયામાં ઝંપલાવે તેવી શુભકામનાઓ.

– કૃષ્ણકાંત ઉનડકટ

થોડુંક મારા વિશે...
થોડુંક સર્જન વિશે

મોસમનો પ્રથમ વરસાદ પડે ત્યારે ભીની માટીની ખુશબૂથી મન જે રીતે પ્રસન્ન થઈ જાય તેવી જ પ્રસન્નતા આજે મારો પ્રથમ વાર્તાસંગ્રહ બહાર પડી રહ્યો છે, ત્યારે હું અનુભવી રહ્યો છું.

મારી લેખનયાત્રાનો પ્રારંભ સન ૨૦૦૧થી થયો હતો. વિવિધ વિષયો પર ઘણા લેખ લખ્યા હતા, જેમાંથી જૂજ છપાયા હતા. પ્રખ્યાત નવલકથાકાર શ્રી મહેશ યાજ્ઞિકના સૂચનથી મેં નવલિકા લખવા પર હાથ અજમાવી જોયો. જેમાં મને મારી કલ્પનાશક્તિ અને સંવેદનશીલતાની કસોટી કરવાનો એક અનેરો અહેસાસ થવા લાગ્યો. મારી પ્રથમ નવલિકા 'સુવર્ણમૃગ' અમદાવાદ આકાશવાણી દ્વારા મારા જ અવાજમાં પ્રસારિત થઈ હતી, જેને તરત જ 'જનકલ્યાણ'માં સ્થાન મળ્યું હતું. ત્યાર બાદ 'મિડ-ડે' અને 'મુંબઈ સમાચાર'નાં પૃષ્ઠો પર મારી નવલિકા ક્યારેક વીજળીના ચમકારાની જેમ ચમકી જતી હતી. સન ૨૦૦૫થી ૨૦૦૮ દરમિયાન મેં મારી લેખનયાત્રાને સ્વૈચ્છિક રીતે જ થંભાવી દીધી હતી. અલબત્ત, મારા સાહિત્યના જીવને ચેન પડતું નહોતું.

એક વાર રક્ષાબંધન નિમિત્તે મારી નાનીબહેન અને જાણીતી લેખિકા ઊર્વિ હરિયાણીએ મારી પાસે લખવાનું ફરીથી શરૂ કરવાનું વચન માંગ્યું જેના ફલસ્વરૂપે મારી સર્જનયાત્રાનો સિલસિલો ફરીથી શરૂ થયો. મારી બીજી ઇનિંગ્સ વધારે સારી રહી. મોટા ભાગનાં ગુજરાતી મૅગેઝિનોના દીપોત્સવી અંકમાં મારી વાર્તાને સ્થાન મળવા લાગ્યું.

સન ૨૦૧૩માં મારી બે નવલિકા 'કન્ફેશન' અને 'પતિવ્રતા' અનુક્રમે લય પ્રલય સંસ્થાન તથા સબરસ ફાઉન્ડેશન દ્વારા ઇનામ વિજેતા ઘોષિત થઈ. 'કન્ફેશન'ને 'અભિયાન'ના ૨૦૧૩ના વાર્ષિક અંકમાં અને ત્યાર

બાદ 'ગુજરાત ટાઇમ્સ' U.S.A.માં પણ સ્થાન મળ્યું હતું. જે વાંચીને શિકાગોથી મારા પર એક ક્રિશ્ચિયન સિનિયર સિટીઝનનો મેઇલ આવ્યો હતો. જેમાં તેમણે વાર્તાનો બિનક્રિશ્ચિયન નાયક ગોપાલ ચર્ચના માહોલમાં પાદરી સમક્ષ હિમ્મતપૂર્વક કન્ફેશન કરીને જે રીતે ચર્ચ છોડીને જતો રહે છે, તેના વર્ણન માટે મને દિલથી અભિનંદન પાઠવ્યાં હતાં.

કોઈ પણ લેખક માટે પુસ્તકોની સંખ્યા કરતાં વાચકોની સંખ્યા તેને પ્રોત્સાહિત કરવા માટે વધારે સક્ષમ હોય છે. લેખકને ઇનામ કે ટ્રોફી જેટલું જ પ્રોત્સાહન વાચકો આપી શકે છે, કારણ કે લેખકની સાચી સંપત્તિ તેના વાચકો જ હોય છે!

આ તબક્કે બે પ્રસંગો કહેવાની લાલચને રોકી શકતો નથી :

'અખંડ આનંદ'માં 'સાક્ષાત્કાર' વાંચીને થાણે, મુંબઈથી એક વાચકભાઈનો ફોન આવ્યો હતો. સામે છેડેથી તેમણે મને કહ્યું હતું... "પ્રફુલ્લભાઈ, મારી ઉંમર છાસઠ વર્ષની છે. તમારી વાર્તા વાંચ્યા પછી મેં આત્મહત્યા કરવાનું માંડી વાળ્યું છે!" મારા જેવા નાના લેખક માટે અજાણ્યા વાચકનો આવો પ્રતિભાવ નોબેલ પારિતોષિક જ ગણાય ને? તેવો જ બીજો પ્રસંગ 'મુંબઈ સમાચાર'ના વસંત અંકમાં મારી વાર્તા 'અસ્તિત્વ' વાંચીને સુજ્ઞ વાચકશ્રી ઇન્દુભાઈ રોશનિયાએ ગળગળા થઈને કહ્યું હતું તે મારી સ્મૃતિમાં શબ્દશઃ સચવાયેલું પડ્યું છે...

"વર્ષો પહેલાં એક પરિચિત બહેનને તેમના પતિ સાથે પ્રોબ્લેમ થતાં મેં તેમને અલગ થઈ જવાની સલાહ આપી હતી... 'અસ્તિત્વ' વાંચ્યા પછી મને લાગે છે કે તે સમયે મારે તેમનાં બાળકોનો પણ વિચાર કરવાની જરૂર હતી. તે સમયે મારી સલાહ ખોટી હતી."

મારી વાર્તામાં વાચકોનું ઇન્વોલ્વમેન્ટ આ કક્ષાએ પહોંચે તે મારા માટે ખરેખર આનંદની અનુભૂતિમાં સ્નાન કરવા બરોબર છે!

મારા નાનાજી સ્વ. મગનલાલ નથવાણીની એક જમાનામાં (૧૯૪૦ આસપાસ) ત્રણ નવલકથાઓ પુસ્તક સ્વરૂપે પ્રગટ થઈ હતી. મોસાળમાંથી મને જે સાંપડ્યું છે, તેનું વર્ણન શબ્દોમાં થઈ શકે તેમ નથી. સજળનેત્રે

હું પૂ. ગુલાબમામા પૂ. જ્યોત્સ્નામામી તથા નથવાણી પરિવારનું ઋણ સ્વીકારવાની તક અત્યારે ઝડપી લઉં છું.

મારી સર્જનયાત્રામાં મને પ્રોત્સાહિત કરવા બદલ પત્ની જયશ્રી, પુત્ર ઉમંગ, પુત્રવધૂ મિલૌની (જેમણે માસકૉમ્યુનિકેશન ઍન્ડ જર્નાલિઝમમાં ગોલ્ડમેડલ મેળવેલ છે) તથા દીકરી પલકનો આભારી છું.

મારી દરેક વાર્તાનો લેખિતમાં તટસ્થ અભિપ્રાય આપવા બદલ મારા સુજ્ઞ વાચક શ્રી ઇન્દુભાઈ તથા ગુણવંતભાઈનો અને મૌખિક પરંતુ ખૂબ જ સ્પષ્ટ અભિપ્રાય આપવા માટે સહકર્મચારી મિત્ર શ્રી ધર્મેન્દ્ર ગાંધીનો હૃદયપૂર્વક આભાર માનું છું.

સાહિત્યજગતના મહાનુભાવો જેમના પરિચયમાં આવ્યા બાદ મને લખવા માટે ખૂબ જ પ્રોત્સાહન મળ્યું છે તેવાં શ્રી અજિતભાઈ પોપટ ('ગુજરાત સમાચાર'), શ્રી કૃષ્ણકાંતભાઈ ઉનડકટ ('સંદેશ'), શ્રીમતી જ્યોતિબહેન ઉનડકટ ('સંદેશ'), શ્રી રાજેશભાઈ શર્મા અને શ્રી એમ. એ. ખાન ('અભિયાન'), શ્રી તરુણભાઈ દત્તાણી ('જનસત્તા') તથા શ્રી દેવેન્દ્રભાઈ ત્રિવેદી ('જનકલ્યાણ')ને જો હું યાદ નહીં કરું તો આ પ્રસ્તાવના અધૂરી કહેવાશે.

પુસ્તકની પ્રસ્તાવના, જેમની કલમનો હું ઘણાં વર્ષોથી ચાહક છું તેવા શ્રી કૃષ્ણકાંતભાઈ ઉનડકટે ખૂબ જ પ્રેમથી લખી આપીને આ પુસ્તકનું મૂલ્ય વધારી આપ્યું છે, તે બદલ તેમનો હંમેશાં ઋણી રહીશ.

છેલ્લે... ગૂર્જર પ્રકાશનના શ્રી મનુભાઈ શાહ તથા શ્રી રોહિત શાહના ખૂબખૂબ આભાર સાથે વિરમું છું.

ધનતેરસ,
તા. ૨૧-૧૦-૨૦૧૪

પ્રફુલ્લ કાનાબાર
એ-૨, શીતલ એપાર્ટમેન્ટ,
ટાઇમ્સ ઑફ ઇન્ડિયા પ્રેસ રોડ પાસે,
ઇન્દ્રપ્રસ્થ-૪ની સામે, રાજમણિ સોસા. પાછળ,
સેટેલાઇટ, અમદાવાદ-૩૮૦૦૧૫. (મો.) ૯૯૨૫૬ ૬૫૬૦૫
praful.kanabar@yahoo.com

ક્રમની કેડીએ

રમત
આટાપાટાની

●

પ્રફુલ્લ કાનાબાર

૧

કોયડો

"ડૉક્ટરસાહેબ, સરલની ઉંમર તો માત્ર બાર વર્ષની જ છે, આટલી નાની ઉંમરે ડિપ્રેશનનો ઍટેક ?" પૂર્વીના અવાજમાં આશ્ચર્ય હતું.

"કદાચ તેના પપ્પાના આકસ્મિક અવસાનનો આઘાત તે સહન નથી કરી શક્યો." ડૉ. દેસાઈના અવાજમાં સહાનુભૂતિ હતી.

"પણ ડૉક્ટરસાહેબ, તેના પપ્પાના અવસાનને તો વરસ થઈ ગયું છે. નો ડાઉટ, તેનો આઘાત તો મને પણ છે જ, પરંતુ સરલ હવે પહેલાં જેવો સરલ નથી રહ્યો, તે એક કોયડો બની ગયો છે."

"એટલે ?"

"એટલે એમ કે તે જાણે બિલકુલ બહેરો-મૂંગો થઈ ગયો છે... આખો દિવસ ગુમસૂમ બેસી રહે છે, કોઈ પણ વાત પાંચ વાર કહીએ, ત્યારે એક વાર જવાબ આપે છે અને તે પણ માત્ર હા કે ના-માં..." પૂર્વીના અવાજમાં વ્યથા હતી.

ડૉ. દેસાઈ માસૂમ સરલની નિસ્તેજ આંખો સામે તાકી રહ્યા.

ડૉ. દેસાઈ શહેરના નામાંકિત સાયકિયાટ્રિસ્ટ હતા. ડિપ્રેશનના ઘણા

દર્દીઓને તેમણે સાજા કર્યા હતા, પણ સરલનો કેસ તેમને પણ પડકારરૂપ લાગી રહ્યો હતો. તેમણે નોંધ્યું કે નાનકડો માસૂમ સરલ ખરેખર કોયડો બની ગયો હતો !

પૂર્વીએ લખાવેલી કેસ હિસ્ટ્રી પ્રમાણે સરલ છેલ્લા એક વરસથી તદ્દન ગુમસૂમ થઈ ગયો હતો. સરલના પપ્પા રાજદીપ જાડેજાના અવસાનને પણ લગભગ તેટલો જ સમય થયો હતો. રાજદીપ જાડેજા સૌરાષ્ટ્રના રજવાડી પરિવારનું એકમાત્ર સંતાન હતા. ફોટોગ્રાફી અને પેઇન્ટિંગ તેમના મુખ્ય શોખ હતા. ગમે તેવાં જોખમી સ્થળોએ જીવના જોખમે પણ કુદરતના નજારાને કૅમેરામાં કંડારવા માટે તેઓ કાયમ તત્પર રહેતા. ગઈ સાલ વૅકેશનમાં ઉટીની હોટલમાં વહેલી સવારે સરલને અને પૂર્વીને ઊંઘતાં મૂકીને નજીકમાં આવેલી ખીણના ફોટા પાડતાં તેમનો પગ લપસી પડ્યો હતો અને તેમણે જીવ ગુમાવ્યો હતો.

"શું વિચારમાં પડી ગયા, ડૉક્ટરસાહેબ ?" પૂર્વીએ ડૉ. દેસાઈનો હાથ પકડીને હલાવ્યો... "મારો સરલ પહેલાં જેવો હસતો-બોલતો થઈ તો શકશે ને ?"

ડૉ. દેસાઈ કેસ હિસ્ટ્રીમાંથી ઝબકીને બહાર આવી ગયા અને તેમણે નોંધ્યું કે પૂર્વીના બંને હાથની પકડ મજબૂત થતી જતી હતી. લગભગ પોતાની જ ઉંમરની દેખાવડી અને આકર્ષક પૂર્વીના બંને હાથમાંથી પોતાનો હાથ ડૉક્ટર છોડાવી ન શક્યા. તેમની ઉલઝનમાં ઓર વધારો થઈ ગયો. પૂર્વીને આશ્વાસન મળે તે હેતુથી ડૉક્ટરે પોતાનો બીજો હાથ પૂર્વીના બંને હાથ પર મૂકી દીધો અને ધીમેથી બોલ્યા : "ચિંતા ન કરો, હું મારા દરેક પેશન્ટને અંગત સ્વજન માનીને જ તેમની સારવાર કરતો હોઉં છું." ડૉ. દેસાઈના અવાજમાં ફરીથી સહાનુભૂતિ ભળી. બંને વચ્ચે મૌન પથરાઈ ગયું. ડૉ. દેસાઈએ જોયું કે પૂર્વીની આંખમાં આંસુ આવી ગયાં હતાં અને તેને જાણે કે ડૉ. દેસાઈના સ્પર્શથી સાંત્વના મળી રહી હતી. આખરે પૂર્વીએ સ્વસ્થ થઈને પર્સમાંથી હજારની નોટ કાઢીને કહ્યું, "સાહેબ, તમારી ફી...!"

"અત્યારે રહેવા દો, સરલ સંપૂર્ણ સ્વસ્થ થઈ જાય ત્યારે વાત..."

ડૉ. દેસાઈથી અનાયાસે જ વિવેક થઈ ગયો. આવો વિવેક હજુ સુધી તેમણે ક્યારેય કોઈને કર્યો નહોતો.

પૂર્વીએ 'થેન્કસ' કહીને હાઈ સોસાયટીની જાજરમાન સ્ત્રીને છાજે તેવી રીતે શેકહેન્ડ કરવા માટે જમણો હાથ ડૉ. દેસાઈ તરફ લંબાવ્યો.

ડૉ. દેસાઈએ તરત બંને હાથે પૂર્વી સાથે ઉત્સાહથી હાથ મિલાવ્યા. હવે પૂર્વીની નાજુક આંગળીઓના સ્પર્શથી ડૉ. દેસાઈ રોમાંચિત થઈ ગયા. પૂર્વીના ગયા પછી ડૉ. દેસાઈને લાગી રહ્યું કે પૂર્વી ભલે બૉબ્ડ હેરવાળી આધુનિક સ્ત્રી હતી, પરંતુ તેણે હાથ મિલાવવાની પહેલ તો ડૉ. દેસાઈના સોહામણા વ્યક્તિત્વથી આકર્ષાઈને જ કરી હતી!

ડૉ. દેસાઈ યુવાનીમાં જ વિધુર થયા હતા. છેલ્લા દોઢ દાયકાથી તેમણે ફરીથી લગ્નની ઝંઝટમાં પડવાને બદલે પોતાના પ્રોફેશન પર જ ધ્યાન કેન્દ્રિત કર્યું હતું, જેના પરિણામે આજે તેમની ગણના શહેરના મોટા ગજાના મનોચિકિત્સક તરીકે થતી હતી. ડૉ. દેસાઈએ બેલ મારીને કન્ફર્મ કર્યું કે બહાર વેઇટિંગમાં કોઈ પેશન્ટ નથી તેથી તેઓ ઇઝી ચૅરને વધુ ઇઝી બનાવી રિલેક્સ મૂડમાં આવી ગયા... સતત પૂર્વીના વિચારો આવી રહ્યા હતા. રૂપાળી જાજરમાન યુવતીની નાજુક હથેળીનો સ્પર્શ ઘણાં વર્ષો બાદ તેમના હૃદયનાં સ્પંદનોને જગાડી ગયો હતો. તેમના મનના તરંગો સમુદ્રનાં મોજાંની જેમ ઊછળી રહ્યા હતા! ડૉ. મનોમન વિચારી રહ્યા... સુખી પરિવારની આકર્ષક વિધવા પૂર્વીને સહારાની જરૂર તો કહેવાય જ... અને જો પૂર્વીનો સહારો બનવાનો મોકો મળી શકે તો તેમનું અહોભાગ્ય જ કહેવાય, કારણ કે પત્નીના અવસાન પછી તેમને પણ સ્ત્રીસુખની જરૂર તો જણાતી જ હતી!

ડૉ. દેસાઈ રાત્રે ઘરે પહોંચ્યા ત્યાં સુધીમાં તો પૂર્વીએ તેમના દિલ અને દિમાગ પર જોરદાર કબજો મેળવી લીધો હતો. ઘણા પ્રયત્નો કરવા છતાં ડૉ. દેસાઈને ઊંઘ આવતી નહોતી... તેઓ વિચારી રહ્યા : સરલની સારવાર જો લાંબી ચાલે તો પૂર્વીના હૃદય સુધી પહોંચવા માટે પૂરતો સમય મળી રહે... સમય વીતતો ગયો... કુદરતે પણ ડૉ. દેસાઈની ફેવર કરી હતી.

સરલની સારવાર શરૂ કર્યાને લગભગ મહિનો થવા આવ્યો હતો. આ સમય દરમિયાન ડૉ. દેસાઈ પણ માનસિક રીતે પૂર્વીની નજીક પહોંચવામાં કામિયાબ રહ્યા હતા. સરલની સ્થિતિમાં કોઈ જ ફરક નહોતો. તેની માસૂમ આંખોમાં ઘણાં પ્રશ્નાર્થ ચિહ્નો હતાં, જેમાં એકનો વધારો થઈ ગયો હતો. હા... તે પ્રશ્નાર્થ ચિહ્ન, તેની મમ્મીનું ડૉ. દેસાઈ સાથેની વધતી જતી નિકટતા બાબતનું હતું !

ડૉ. દેસાઈ ખરેખર પૂર્વીના પ્રેમમાં પડી ગયા હતા. પૂર્વી વગર રહેવાનું તેમના માટે અશક્ય બનતું જતું હતું. ડૉ. દેસાઈ એવા ભ્રમમાં હતા કે પૂર્વી માટેની તેમની બેચેની હજુ સુધી કોઈ જાણતું નથી, પરંતુ વાસ્તવમાં તેમની આંખમાં સળવળી રહેલી પૂર્વી પ્રત્યેની સુંવાળી લાગણી સરલની માસૂમ આંખોમાં કેદ થતી જતી હતી !

આજે પૂર્વી સરલને દવાખાને મૂકીને નજીકના શોપિંગ મૉલમાં ખરીદી કરવા માટે નીકળી ગઈ હતી. સરલની સારવાર માટે ડૉ. દેસાઈને પ્રથમ વાર સરલ સાથે એકાન્તમાં કાઉન્સેલિંગ કરવાનો મોકો મળ્યો હતો. લગભગ બે કલાક વીતી ગયા છતાં પણ પૂર્વી ન આવી તેથી ડૉ. દેસાઈએ પૂર્વીને ફોન લગાવ્યો.

"પૂર્વી, કેટલી વાર લાગશે ?"

"સૉરી ડૉક્ટર, મને ચક્કર આવતા હતા તેથી મારે રિક્ષામાં સીધું ઘરે પહોંચી જવું પડ્યું છે, તમને વાંધો ન હોય તો સરલને કોઈની સાથે ઘરે મોકલી આપશો ?" પૂર્વીના અવાજમાં આજીજી હતી.

"પૂર્વી, કોઈકની સાથે શા માટે... મારે દવાખાનું બંધ કરવાનો સમય થઈ ગયો છે માટે હું જ તેને મૂકી જાઉં છું." ડૉ. દેસાઈએ પૂર્વીના ઘર સુધી પહોંચવાની અમૂલ્ય તક ઝડપી લીધી અને ફોન પર જ તેમણે પૂર્વીના ઘરનું સરનામું બરોબર સમજી લીધું. લગભગ ત્રીસેક મિનિટનું ડ્રાઈવિંગ કર્યા બાદ ડૉ. દેસાઈ સરલને લઈને પૂર્વીના હાઈવે પરના બેઠા ઘાટના વિશાળ બંગલામાં પ્રવેશ્યા. બંગલામાં નોકર-ચાકરની ગેરહાજરી વર્તાતી હતી. પૂર્વી ડ્રૉઇંગ રૂમમાં સોફા પર સૂતી હતી. ડૉ. દેસાઈ તેની બાજુમાં ખુરશી ખેંચીને બેસી ગયા અને એક ડૉક્ટરને છાજે તે રીતે

જ તેમણે પૂર્વીના કપાળ પર હાથ મૂક્યો. પૂર્વીએ સરલની હાજરીને અવગણીને ડૉ. દેસાઈનો હાથ પકડી લીધો. હવે ડૉ. દેસાઈ પૂર્વીનું આમંત્રણ સ્પષ્ટપણે સમજી ગયા.

ડૉ. દેસાઈએ પરોક્ષ રીતે પૂર્વીને પ્રપોઝ કરતાં કહ્યું... "પૂર્વી મને લાગે છે કે હવે આપણે આપણા સંબંધને નામ આપી દેવું જોઈએ."

"પણ સરલની તબિયત ક્યારે સારી થશે ?" પૂર્વીએ ફરીથી ચિંતા વ્યક્ત કરી.

નિસ્તેજ આંખોવાળો સરલ સામેના સોફા પર કોઈ પણ પ્રકારના હાવભાવ વગર બેઠો હતો.

"પૂર્વી, સરલને બાપનો પ્રેમ મળશે એટલે તે તદ્દન સ્વસ્થ થઈ જશે, વળી સરલની તબિયત બગડવાનું કારણ મેં પકડી પાડ્યું છે." ડૉ. દેસાઈ ઉત્સાહથી બોલ્યા.

"શું કારણ છે ?" પૂર્વીના અવાજમાં ઉત્કંઠા હતી.

"સરલે આજે સારવાર દરમિયાન મને ઇશારાથી જે સમજાવ્યું છે, તેના પરથી મારા દિમાગમાં એક વાત સ્પષ્ટ થઈ ગઈ છે કે તેં તારા પતિને ખીણમાં ધક્કો મારીને તેને મોતને ઘાટ ઉતાર્યો છે અને ચાલાકીપૂર્વક તું તેમની મિલકત હડપ કરીને બેસી ગઈ છો." ડૉ. દેસાઈએ ઘટસ્ફોટ કર્યો.

પૂર્વી એકદમ ધ્રૂજવા લાગી. તેણે ગભરાટમાં ડૉ. દેસાઈના હાથની પકડ વધારે મજબૂત બનાવી અને શક્ય તેટલી તેમની નજીક જઈને ધીમેથી બોલી... "રાજદીપ ખૂબ જ શંકાશીલ હતો તેથી મારે આવું પગલું ભરવું પડ્યું હતું... તમને તો આ વાત હું કરવાની જ હતી, કારણ કે એટલું તો હું માનું જ છું કે ભાવિ જીવનસાથીને ભૂતકાળની તમામ વાત ખુલ્લા દિલે કરી દેવી જોઈએ." પૂર્વીના દેહના સ્પર્શથી ડૉ. દેસાઈ રોમાંચિત થઈ રહ્યા હતા. તેમણે સહાનુભૂતિપૂર્વક કહ્યું : "તું ખોટી ગભરાય છે... આપણા બંનેની કહાની લગભગ સરખી જ છે."

"એટલે ?" પૂર્વીએ આશ્ચર્ય વ્યક્ત કર્યું.

"એટલે એમ કે મેં પણ વર્ષો પહેલાં મારા વતનમાં મારી પત્નીને

દૂધમાં ઝેર આપીને કાયમ માટે સુવડાવી દીધેલી." ડૉ. દેસાઈએ જબરદસ્ત રહસ્યસ્ફોટ કર્યો.

પૂર્વીની ધ્રુજારી ઓછી થઈ એટલે તેણે આશ્ચર્ય વ્યક્ત કર્યું... "મારા માનવામાં નથી આવતું, તમે મને આશ્વાસન આપવા માટે ખોટું બોલી રહ્યા છો... તમારે વળી એવું શા માટે કરવું પડે?"

"પૂર્વી, હું ખરેખર સાચું કહું છું... મેં લગ્ન વખતે દશ લાખ માંગ્યા હતા પણ તેના ભિખારી બાપે મને માત્ર બે લાખ આપીને મારા જેવા આશાસ્પદ ડૉક્ટરને નિરાશ કર્યો હતો."

"યુ મીન દહેજ?" પૂર્વીથી પુછાઈ ગયું.

"હા... જો રૂપિયા આપવાની ત્રેવડ ન હોય તો જમાઈ તરીકે ડૉક્ટરને બદલે ડ્રાઇવરને પસંદ કરવો જોઈએ." ડૉ. દેસાઈના અવાજમાં કટાક્ષની સાથે ક્રૂરતા ભળી.

"પણ, આજ સુધી આ વાત પોલીસ ડિપાર્ટમેન્ટ પણ પકડી ન શક્યું?" પૂર્વીએ ડૉક્ટરની વધારે નજીક સરકીને કહ્યું.

"કઈ રીતે પકડી શકે? મેં કોઈ પુરાવા જ નહોતા રાખ્યા." ડૉ. દેસાઈ પણ ઉત્સાહમાં આવી ગયા.

"એવું કઈ રીતે પૉસિબલ બન્યું?" એક ગુનેગાર બીજા ગુનેગારની આઇ ક્યુ માપે તે રીતે પૂર્વી પૂછી રહી હતી.

"મેં મારી પત્નીની ફૂડ પોઇઝનિંગની ખોટી કેસ હિસ્ટ્રી મારા જ ગામના સિનિયર ડૉક્ટર વર્ગીસ પાસે બનાવડાવી દીધી હતી." હવે ડૉ. દેસાઈને પૂર્વીની નિકટતાનો નશો ચઢી રહ્યો હતો, તે ગેલમાં આવીને મોટેથી હસવા માંડ્યા.

"સાલા, નાલાયક! આજે છેલ્લી વાર તું હસી લે..." પાછળથી એક પહાડી અવાજ સંભળાયો.

ડૉ. દેસાઈ ચમકીને પાછળ જોવા ગયા ત્યાં તો એમના ગાલ પર પહાડી પંજો પડ્યો.

ડૉ. દેસાઈ ગબડી પડ્યા... તેમને તમ્મર ચઢી ગયા... થોડી વાર પછી માંડમાંડ આંખો ખોલીને જોયું તો સામે એસીપી ગાયકવાડ તેમની

સમગ્ર ટીમ સાથે ઊભા હતા. ડૉ. દેસાઈ ઊભા થયા કે તરત ગાયકવાડે બીજો લાફો ઝીંકી દીધો અને ત્રાડ પાડી, "રૂમમાં ગોઠવેલ ગુપ્ત વિડિયો કૅમેરામાં તારી ગુનાની કબૂલાત કેદ થઈ ગઈ છે અને તારા સ્ટેટમેન્ટના આધારે ડૉ. વર્ગીસને તો હું ગણતરીનાં કલાકોમાં પકડી પાડીશ." રૂમમાં સન્નાટો છવાઈ ગયો.

"તમે કોણ છો?" ડૉ. દેસાઈ માંડમાંડ એટલું બોલી શક્યા.

"હરામખોર, ત્યારે તો હું નાનો હતો, પરંતુ આઇપીએસ થયો ત્યારે જ મેં ભીષ્મપ્રતિજ્ઞા કરી હતી કે મારી બહેનના કાતિલને હું જેલ ભેગો કરીને જ જંપીશ."

ડૉ. દેસાઈએ પૂર્વીની સામે દયામણી નજરે જોયું.

પૂર્વી જાડેજાએ આંખ મારીને હસતાં-હસતાં રહસ્યસ્ફોટ કર્યો... "ડૉ. દેસાઈ, આઈ એમ પીએસઆઈ ફ્રોમ સીઆઈડી ક્રાઇમ એન્ડ ગાયકવાડ સર ઇઝ માય બૉસ" પૂર્વીએ એસીપીને સલામ કરીને ડૉ. દેસાઈની આંખમાં જોઈને મોટેથી કહ્યું : "રાજદીપ જાડેજા નામની કોઈ વ્યક્તિ જ નથી, તે એક કાલ્પનિક પાત્ર હતું, જે પોલીસ ડિપાર્ટમેન્ટે મને આપેલી સ્ક્રીપ્ટમાં હતું."

ડૉ. દેસાઈ હવે સમજી ગયા કે પોલીસે બિછાવેલી જાળમાં તેઓ ગુનાની કબૂલાત કરી ચૂક્યા હતા. તેમણે સરલની સામે જોયું તો સ્તબ્ધ થઈ ગયા. ગુમસૂમ લાગતો સરલ અત્યારે સ્માર્ટ લાગી રહ્યો હતો. તેની આંખો હસી રહી હતી!

એસીપીનો સ્ટાફ ડૉ. દેસાઈને હાથકડી પહેરાવી રહ્યો હતો ત્યારે એસીપી બોલી ઊઠ્યા, "પૂર્વી જાડેજા તારા અભિનય જેટલો જ લાજવાબ અભિનય તારા આ છોકરાએ કર્યો છે, જેને કારણે ઘણાં વર્ષે એક નિર્દોષ સ્ત્રીના શંકાસ્પદ મોતનો કોયડો ઉકેલી શકાયો છે."

'ઉત્સવ'
દીપોત્સવી અંક : ૨૦૧૩

૨

વિયોગ

"કોઈ પણ પુરુષને દુઃખી કરવા માટે માત્ર એક જ સ્ત્રી કાફી હોય છે." આકાશે ગુસ્સાથી ભૂમિને કહ્યું હતું.

"આકાશ, કોઈ પણ સ્ત્રીને બરબાદ કરવા માટે પણ માત્ર એક જ પુરુષ પૂરતો હોય છે." ભૂમિએ સણસણતો જવાબ આપ્યો હતો.

"આ તું મને કહે છે ?" આકાશ ગુસ્સાથી ધ્રૂજતો હતો.

"હા... આકાશ... તું લગ્ન પછી મારો પ્રેમી મટીને ટીપીકલ પતિ બની ગયો છે... તને પરણવાની મારી જિંદગીની સૌથી મોટી ભૂલ હતી."

આ હતો પતિ-પત્ની વચ્ચેનો એક વર્ષ પહેલાંનો આખરી સંવાદ.

પ્રેમમગ્ન બનીને પ્રેમલગ્ન કરનાર યુગલ આખરે પ્રેમભગ્ન થઈને વિખૂટું પડી ગયું હતું !

આકાશે બારીની બહાર નજર કરી તો મોસમનો પ્રથમ વરસાદ વરસી રહ્યો હતો... તેથી જ તેને આજે એકાએક ભૂમિ યાદ આવી ગઈ હતી. લગ્ન પહેલાં બે વર્ષ સુધી આકાશે ભૂમિ સાથે વરસાદમાં પલળવાની ખૂબ મજા માણી હતી. બંનેને

વરસાદમાં પલળવાનો ગાંડો શોખ હતો. લગ્ન પછી પણ બંનેનો રોમાન્સ વરસાદી વાતાવરણમાં જ પાંગર્યો હતો. લગ્ન પછી પણ શરૂઆતના દિવસોમાં તો બંને એકબીજા પર વરસાદની હેલીની જેમ જ વરસ્યાં હતાં, પરંતુ ચાર-છ મહિનામાં તો તેમના લગ્નજીવન પર એવું ગ્રહણ લાગી ગયું હતું કે એકબીજા સાથે રહેવાનું અસહ્ય થઈ પડ્યું હતું. જે બાબતોથી બંને એકબીજા પ્રત્યે આકર્ષાયાં હતાં તે જ બાબતો અત્યારે તેમને પીડાદાયક લાગી રહી હતી. આકાશને ભૂમિ સ્વચ્છંદી લાગતી હતી... તો ભૂમિને આકાશની વધારે પડતી પૂછપરછ જાસૂસી જેવી લાગતી હતી ! બંને નોકરી કરતાં હતાં. બંને સ્વતંત્ર વિચારસરણી ધરાવતાં હતાં. ભૂમિને આકાશ એકએક મિનિટનો હિસાબ માંગે તે બિલકુલ પસંદ નહોતું. આકાશ વિશેની છાપ ભૂમિના દિમાગમાં શંકાશીલ પતિ તરીકે પ્રસ્થાપિત થઈ ગઈ હતી.

રોજબરોજના નાના મોટા ઝઘડાને કારણે એક વાર બંને શહેરના પ્રખ્યાત મૅરેજ કાઉન્સેલર ડૉ. દવેને પણ મળ્યાં હતાં. ડૉ. દવેએ બંનેને શાંતિથી સાંભળ્યા પછી કહ્યું હતું... "દાંપત્યજીવનમાંથી જ્યારે વિશ્વાસ નીકળી જાય છે ત્યારે માત્ર શ્વાસ જ ચાલે છે... અને તેવી વ્યક્તિઓનું લગ્નજીવન કબરમાં સૂતેલી લાશ જેવું બની જતું હોય છે."

ભૂમિ અને આકાશ પણ એ લાશ બનેલા સંબંધનો ભાર વધારે સમય સુધી ઉપાડી ન શક્યાં અને આખરે એક મોટા ઝઘડા પછી છૂટાં પડી ગયાં હતાં.

આકાશને બરોબર યાદ હતો તે દિવસ. ત્યારે પણ મોસમનો પ્રથમ વરસાદ વરસી રહ્યો હતો. રાત્રે દશ વાગી ગયા હતા. ભૂમિ હજુ સુધી ઑફિસેથી ઘરે આવી નહોતી. ભૂમિને મોબાઇલ લાગતો નહોતો. રાત્રે સાડાદશે વરસતા વરસાદમાં બૉસ ભૂમિને મૂકવા ઘરે આવ્યા હતા. ભૂમિએ આગ્રહ કરીને બૉસને મસાલાવાળી ચા પિવડાવી હતી. આકાશ તંગ જડબાં સાથે મૌન રહ્યો હતો.

બૉસના ગયા પછી બંને વચ્ચે તણખા ઝર્યા હતા.

"આકાશ, ઘરે આવેલ મહેમાન સાથે આવું વર્તન કરાય ?" ભૂમિના અવાજમાં રોષ હતો.

"ભૂમિ, વરસતા વરસાદમાં બંધ કાચવાળી ગાડીમાં તને તો બૉસ સાથે મજા પડી ગઈ હશે કેમ ?"

"એટલે ? તું કહેવા શું માંગે છે ?" ભૂમિનો અવાજ ખેંચાઈ ગયો હતો.

"તારો બૉસ કુંવારો છે તે વાત તો સાચી જ છે ને ?"

"તો શું થઈ ગયું આકાશ, એ વાત ન ભૂલ કે તેઓ મારા કરતાં વીસ વર્ષ મોટા છે."

"તો... તો તેમનું મન વધારે અતૃપ્ત હોય... તેમની ઇચ્છાઓને સંતોષવાની તારી ફરજ કહેવાય." આકાશે કટાક્ષ કર્યો હતો.

"આકાશ..." ભૂમિએ ત્રાડ પાડી હતી... "ખબરદાર જો મારા ચારિત્ર્ય પર આક્ષેપ કર્યો છે તો..."

"સાંજે છ વાગે છૂટવાનો ટાઇમ છે... ચાર કલાક બૉસ સાથે રખડીને ઘરે આવે છે અને અત્યારે મને દબાવે છે ?" આકાશે સામી ત્રાડ પાડી હતી.

"મેં તને સવારે જ કહ્યું હતું કે આજે મિટિંગ છે એટલે ઑફિસમાં એકાદ કલાક રોકાવું પડશે... વળી વરસાદને કારણે મોટા ભાગની લોકલ ટ્રેનો બંધ થઈ ગઈ હતી અને ટેક્સી પણ મળે તેમ નહોતી... આ તો બૉસ એટલા ભલા કે મને છેક ઘર સુધી મૂકવા માટે આવ્યા."

"હા...હા... હવે તો તને બૉસ ભલા જ લાગે ને ?" આકાશની આંખમાંથી ઈર્ષ્યાની આગ વરસી રહી હતી !

"આકાશ... પત્ની નોકરી કરતી હોય તો પતિએ માઇન્ડને બ્રોડ રાખવું પડે... આજે મને અફસોસ થાય છે કે મેં તારા જેવા નૅરો માઇન્ડેડ માણસ સાથે લગ્ન કર્યાં."

આકાશે જોરથી ભૂમિના ગાલ ઉપર લાફો ઝીંકી દીધો. બહાર વીજળીનો કડાકો થયો... વીજળી જાણે કે ભૂમિના હૃદય ઉપર જ સીધી ત્રાટકી હતી. ભૂમિનું દિલ તૂટી ગયું હતું. ભલે તેનો કોઈ અવાજ નહોતો થયો, પરંતુ વીજળીનો પ્રચંડ ધડાકો તેની પાસે કોઈ વિસાતમાં નહોતો !

આજે બંનેને છૂટા પડી ગયાને લગભગ વરસ થઈ ગયું હતું. આકાશે બારીની બહાર ચહેરો કાઢીને પ્રથમ વરસાદમાં પલળવાનો પ્રયાસ કર્યો. ભૂમિની યાદને કારણે આંખમાં ઊમટેલાં આંસુ વરસાદની

વાછટ સાથે એકાકાર થઈને વહી રહ્યાં હતાં! ભૂમિના ગયા પછી ત્રણેક માસ પછી આકાશને ઊડતા ઊડતા સમાચાર મળેલા કે ભૂમિએ મલબારહિલમાં બૉસનું ઘર માંડ્યું છે. આકાશે બારીમાંથી અંદર ચહેરો લઈને બંને હાંથે ચહેરા ઉપરથી પાણીને અને આંખમાં ઊભરેલાં આંસુને દૂર કરવાનો પ્રયાસ કર્યો. તેનાથી અનાયાસે જ બોલાઈ ગયું... "સાલી... બેવફા... દગાબાજ... કેટલો બધો પ્રેમ કર્યો હતો મેં ભૂમિને... આવા પ્રૌઢ બૉસમાં એવું તો શું જોઈ ગઈ કે મને છોડીને ભાગી ગઈ...?" મોડી રાત્રે આકાશ બે પેગ લગાવીને નશામાં જ ઊંઘી ગયો.

દરેક પુરુષના જીવનમાં સ્ત્રી પવન જેવી હોય છે... પ્રેમમાં તે મંદ મંદ વહેતી હોય છે અને ગુસ્સામાં વાવાઝોડા જેવી બની જતી હોય છે... વળી સ્ત્રીનું મહત્ત્વ તે ઘરમાં ન હોય ત્યારે જ સમજાતું હોય છે. આકાશનું જીવન પણ વેરાન થઈ ગયું હતું. રાત્રે ભૂમિનો ગમ ભૂલવા માટે દારૂનો નશો તેના માટે સામાન્ય બાબત બની ગઈ હતી.

સવારે વરસાદ બંધ થઈ ગયો હતો. સૂર્યનાં કિરણો બારીમાંથી આકાશના ચહેરા પર પડીને તેને ઊંઘમાંથી તથા નશામાંથી બહાર લાવવાની કોશિશ કરી રહ્યાં હતાં. જેમજેમ દિવસ ઊગતો ગયો તેમ તેમ આકાશનો નશો ઊતરતો ગયો. આકાશને વિચાર આવ્યો કે એક વાર તો ભૂમિને મળવું જ જોઈએ. તે તરત તૈયાર થઈને ભૂમિની ઑફિસે પહોંચી ગયો. ભૂમિ તેની જગ્યા પર નહોતી. કદાચ ભૂમિએ નોકરી છોડી દીધી હશે તેમ વિચારીને આકાશ સીધો બૉસની કાચની કેબિનમાં પહોંચી ગયો. બૉસ કાર્યરત હતા, તેમણે ઇશારાથી જ આકાશને સામેની ખુરશીમાં બેસવા માટે જણાવ્યું.

"બૉસ, શું મળ્યું તમને મારી પત્નીને મેળવીને ?" આકાશે ગુસ્સાથી પૂછ્યું.

"એ તો તમારે ભૂમિને પૂછવું જોઈએ કે મારી સાથે મૈત્રીકરાર કરીને તેને શું મળ્યું છે?" બૉસે ઠંડકથી સસ્મિત વદને જવાબ આપ્યો.

આકાશે દાંત કચકચાવ્યા. ટેબલ ઉપર જોરથી હાથ પછાડીને તે બોલ્યો, "યુ રાસ્કલ, એક તો અમારી બંને વચ્ચે થયેલા ઝઘડાનો લાભ

લઈને મારી પત્નીની સાથે રહે છે અને પાછો મને સંભળાવે છે?"

આવેશમાં આકાશ તું-તારી પર ઊતરી આવ્યો. ત્યાં જ એકાએક ભૂમિ બૉસની કૅબિનમાં ધસી આવી. "આકાશ, ખબરદાર છે જો તેં બૉસનું અપમાન કર્યું છે તો... હવે તેઓ મારા પતિ છે."

"હા... એ સમાચાર તો મને મળ્યા હતા... આજે તેની ખાતરી થઈ ગઈ... ગઈ કાલે મોસમનો પહેલો વરસાદ આવ્યો અને તારી સાથે ગાળેલી મધુર ક્ષણો યાદ આવી ગઈ તેથી તને મળવા માટે આવી પહોંચ્યો છું..." આકાશ ઢીલો પડી ગયો.

બૉસે બેલ મારીને પટાવાળા પાસે પાણી મંગાવીને પોતાની સજ્જનતા દર્શાવી.

પાણી પીધા પછી આકાશ થોડો સ્વસ્થ થયો. "ભૂમિ, હું તને ભૂલી શકું તેમ નથી... આ એક વર્ષ મેં ભયાનક એકલતામાં ગાળ્યું છે." આકાશ ફરીથી ગળગળો થઈ ગયો.

"આકાશ, કોઈ પણ સંબંધ ઋણાનુબંધ હોય છે અને હવે તો હું બૉસની પત્ની છું... અમારે એક બાબો પણ છે."

"વ્હોટ...?" આકાશથી ચીસ પડાઈ ગઈ.

"હા... આકાશ... ફરી ક્યારેય અમારી જિંદગીમાં દખલગીરી કરવા આવતો નહીં... એક શંકાશીલ પતિની સાથે રહેવા કરતાં એક સ્ત્રીને સમ્માન આપનાર વ્યક્તિ સાથે રહેવાનું મને વધારે પસંદ છે." ભૂમિએ મક્કમતાથી કહ્યું.

"ભૂમિ... સીધેસીધું એમ કહી દેને કે બૉસ કરોડપતિ છે અને હું રોડપતિ છું."

"આકાશ... તારે જે માનવું હોય તે માન પણ આ આપણી છેલ્લી મુલાકાત છે... ગેટ આઉટ..." ભૂમિએ ગુસ્સાથી કહ્યું.

આકાશ પણ ગુસ્સાથી કૅબિનનો કાચનો દરવાજો જોરથી પછાડીને નીકળી ગયો.

આકાશના મનમાં ખારાશ આવી ગઈ હતી. તેને લાગી રહ્યું હતું કે કોઈ પણ સંબંધ તૂટવા માટે જ હોય છે. બૉસ કરોડપતિ હતા તેથી

જ ભૂમિ પોતાને છોડીને બૉસની સાથે રહેવા જતી રહી હતી તે વાત હવે આકાશના દિમાગમાં પ્રસ્થાપિત થઈ ચૂકી હતી. આકાશે પોતાની જિંદગીની મહેફિલમાં મળેલી એકલતાને સ્વીકારી લીધી હતી. સ્ત્રીની બેવફાઈને શરાબના નશામાં ઓગાળીને જીવવાનો પ્રયત્ન કરતાં-કરતાં આકાશે એક દસકો કાઢી નાખ્યો.

એક વાર આકાશ બાર તરફ જઈ રહ્યો હતો ત્યારે રસ્તામાં વિશાલ મળી ગયો. દાયકા પહેલાં વિશાલ ભૂમિની ઑફિસમાં બૉસનો પી.એ. હતો. ભૂમિ અને આકાશ છૂટાં પડ્યાં તેના એકાદ માસ પહેલાં જ વિશાલ નોકરી છોડીને અમેરિકા જતો રહ્યો હતો. વિશાલની ખાલી પડેલ જગ્યાએ બૉસે ભૂમિને પ્રમોશન આપ્યું હતું.

"અરે... વિશાલ તું ? ક્યારે આવ્યો અમેરિકાથી ?" બંને સમવયસ્ક હોવાને કારણે એકબીજાને તુંકારે જ બોલાવતા હતા.

"બસ... ગઈ કાલે જ આવ્યો... ભૂમિ મજામાં ?"

"વિશાલ, ભૂમિ, સાથે મારે તારા બૉસને કારણે મોટો ઝઘડો થઈ ગયો હતો, પરિણામે તે બૉસ સાથે મૈત્રીકરાર કરીને રહેવા જતી રહી છે." બોલતાં-બોલતાં આકાશ ગળગળો થઈ ગયો. દશ વર્ષ પછી પણ આકાશના ચહેરા પર ભૂમિના વિયોગનું દુઃખ સ્પષ્ટપણે દેખાઈ આવતું હતું.

"આકાશ, ઇટ્સ એ સરપ્રાઇઝિંગ મેટર... બૉસ તો જૅન્ટલમૅન હતા... મારા કાકાના બાળપણના મિત્ર પણ હતા." વિશાલના ચહેરા પર આશ્ચર્ય હતું.

"હા... એ જૅન્ટલમૅન અને ભૂમિને એક બાબો પણ છે." આકાશે કટાક્ષમાં કહ્યું.

"ઇમ્પોસિબલ..." વિશાલથી બોલાઈ ગયું.

"વિશાલ, ખુદ ભૂમિએ જ મને બૉસની હાજરીમાં આ માહિતી આપી હતી."

"આકાશ, બૉસ અને મારા કાકા કિશોરાવસ્થામાં હતા, ત્યારે સાથે ક્રિકેટ રમતા હતા... એક વાર તો બૉસ મરતા-મરતા બચી ગયા હતા."

"વિશાલ, આ વાતને મારી વાત સાથે શો સંબંધ છે ?" આકાશના અવાજમાં અકળામણ હતી.

"આકાશ, સંબંધ છે એટલે તો માત્ર તને જ કહું છું, ક્રિકેટ રમતી વખતે બૉસને બે જાંઘની વચ્ચે મેચીસ બૉલ વાગી ગયો હતો, ડૉક્ટરોએ બૉસને તો બચાવી લીધા, પરંતુ તેમનું પૌરુષત્વ ન બચાવી શક્યા... તે કારણથી તો બૉસે લગ્ન નહોતાં કર્યાં." વિશાલે રહસ્યસ્ફોટ કર્યો.

"ઓહ...નો" આકાશ ઊંડા વિચારમાં પડી ગયો.

"આકાશ, મને લાગે છે કે એ બાબો ચોક્કસ તારો જ હશે. ભૂમિ વધારે પડતી સ્વમાની અને જિદ્દી છે તેથી તેણે તે વાત ચોક્કસ તારાથી છુપાવી હશે."

હવે આકાશના દુ:ખમાં અનેકગણો વધારો થઈ ગયો.

વિશાલથી છૂટો પડીને આકાશ સીધો બૉસના મલબારહિલના બંગલે પહોંચી ગયો. બંગલાની બહાર ભૂમિ તૈયાર થઈને ક્યાંક બહાર જઈ રહી હતી.

આકાશે ભૂમિને આંતરીને કોઈ પણ પૂર્વભૂમિકા બાંધ્યા વગર સીધું પૂછી લીધું : "સાચું કહેજે ભૂમિ, બાબો આપણો જ છે ને ?"

"હા... આકાશ, તે વખતે તું આવેશમાં હતો તેથી તે વાત મેં તારાથી છુપાવી હતી. વળી મારા સંકટ સમયમાં બૉસે મને સહારો આપ્યો હતો તેથી તેમને છોડીને હું તારા જેવા શંકાશીલ પતિ સાથે રહેવા નહોતી માંગતી." ભૂમિએ સ્પષ્ટતા કરી.

આકાશે એક મણનો નિસાસો નાખ્યો !

"આકાશ, તને નવાઈ લાગશે કે તે દિવસે તું ગુસ્સામાં બૉસની કેબિનનો દરવાજો પછાડીને જતો રહ્યો ત્યારે પણ બૉસે મને કહ્યું હતું... ભૂમિ તારે આકાશ સાથે રહેવા જવું હોય તો જઈ શકે છે... હું મેડિકલી અનફીટ છું, તેવી ડૉક્ટરની ફાઈલ તું આકાશને બતાવીશ તો તે તરત માની જશે."

"તોપણ તું મારી પાસે પાછી ન આવી ?" આકાશ ગળગળો થઈ ગયો.

"બસ એમ સમજને કે તારા શંકાશીલ સ્વભાવને કારણે જ ન આવી." ભૂમિએ પોતાની વાત દોહરાવી.

"ભૂમિ, આપણે એક જમાનામાં એકબીજાને પ્રેમ કર્યો હતો."

"આકાશ, તે પ્રેમ નહોતો... માત્ર વાસના હતી... દુનિયાના સેંકડો યુગલોની જેમ આપણે પણ માત્ર ફિઝિકલી એટેચ્ડ હતાં... મેન્ટલી નહીં... જો આપણો પ્રેમ સાચો હોત તો તેં મારા અને બૉસના સંબંધ બાબતે શંકા જ ન કરી હોત."

"ભૂમિ, આપણો પ્રેમ સાચો હતો તે સાબિત કરવા મારે શું કરવું જોઈએ ?" આકાશે મરણિયા થઈને પૂછ્યું.

"બસ, માત્ર વચન આપ કે ભવિષ્યમાં ક્યારેય મને કે આપણા મુન્નાને મળવાની કોશિશ ન કરે."

"આટલો મોટો ભોગ... ભૂમિ ?" આકાશથી અનાયાસે જ પુછાઈ ગયું.

"હા... કારણ કે હું નથી ઇચ્છતી કે મુન્નાને ખબર પડે કે તેનો બાપ એવો શંકાશીલ પતિ હતો જેને કારણે તેની માને દુઃખ સહન કરવું પડ્યું... વળી તેના બાળમાનસ પર પિતા તરીકેની બૉસની જે મૂર્તિ છે તેને હું ખંડિત થવા દેવા નથી માંગતી." ભૂમિએ મક્કમતાથી કહ્યું.

આકાશ સમજી ગયો કે ભૂમિના ઘવાયેલા હૃદયને હવે ક્યારેય રૂઝ નહીં આવે. વળી, આકાશનો પ્રેમ સાચો હતો તે સાબિત કરવા માટે ભૂમિએ તેને છેલ્લો મોકો આપ્યો હતો તેથી આકાશે તરત ભૂમિને વચન આપી દીધું.

આકાશ ભારે હૃદયે પાછો ફરીને દશેક ડગલાં ચાલ્યો હશે ત્યાં જ સામેથી આબેહૂબ પોતાની જ નાનકડી પ્રતિકૃતિ જેવો એક સોહામણો બાળક સ્કૂલડ્રેસમાં ખભા પર દફ્તર લટકાવીને આવી રહ્યો હતો. આકાશ મુન્નાને ઓળખી ગયો, પરંતુ તે વચનબદ્ધ હતો. આકાશે સજળ નેત્રે પાછળ જોયું તો ભૂમિ તદ્દન નિર્લેપભાવે કોઈ અજાણ્યા માણસને જોઈ રહી હોય તેમ તેની સામે જોઈ રહી હતી !

દેવી જેવી પત્નીના ચારિત્ર્ય પર શક કરવાને કારણે આકાશને પત્નીના વિયોગની સાથેસાથે પુત્રના વિયોગનો પણ યોગ સર્જાયો હતો તે બાબત હવે તેને બરોબર સમજાઈ ગઈ હતી.

અભિયાન,

તા. ૧-૨-૨૦૧૪

3

રમત આટાપાટાની

'બિઝનેસ ટાયકુન મોહિત વિરાણીની આત્મહત્યા' આજે ગુજરાતનાં તમામ અખબારોની હેડલાઇન એક જ હતી. છેલ્લા દોઢ દાયકામાં મોહિત વિરાણીએ મહારાષ્ટ્રમાંથી ગુજરાતમાં આવીને અલગ-અલગ બિઝનેસમાં ખૂબ જ મોટું ગજું કાઢ્યું હતું. ચાલીસેક વર્ષની ઉંમરમાં તેની જે હરણફાળ પ્રગતિ હતી તે ભલભલા બિઝનેસમૅનોની આંખો આશ્ચર્યથી પહોળી કરવા માટે સમર્થ હતી! મુંબઈના શૅરબજારમાં થોડુંઘણું કમાઈને લગ્ન કરીને મોહિત વિરાણી અમદાવાદ આવ્યો ત્યારે તેનું ખાસ નામ નહોતું... પરંતુ જે ધંધામાં તે હાથ નાખતો ત્યાં રૂપિયાનો વરસાદ થતો... ગમે તેવી માંદી કંપની મોહિત વિરાણી ખરીદે એટલે તે નફો કરતી થઈ જતી હતી. હા... મોહિતે ઘણા સારા પગારથી સારી બિઝનેસ સ્કીલવાળાં માણસોને ખરીદી લીધા હતા. પરંતુ આટલી મોટી સફળતા માટે સાચી કુનેહ તો મોહિત વિરાણીની જ હતી... કારણ કે માત્ર માણસોના આધારે કુબેર ભંડારી ન બની શકાય તે સૌ કોઈ જાણતું હતું.

જીવનના અંત સુધી મોહિત વિરાણી સતત કાર્યશીલ હતો તથા અત્યંત હાઈ પ્રોફાઈલ પર્સનાલિટી બની ચૂક્યો હતો... મોહિત વિરાણી જે કરે તે સમાચાર બની જતા હતા, તેથી જ તો પ્રેસવાળા અને ટીવી ચેનલવાળા માટે તો મોહિત સમાચારોની ખાણ જ હતો! દેશ-વિદેશના બિઝનેસના સમાચારો પોતાના નેટવર્ક દ્વારા ક્યારેક તો મોહિત મીડિયાવાળાને આપતો, ત્યારે સૌ કોઈ અચરજ પામી જતા. આવો નામ અને દામવાળો મોહિત વિરાણી ઝેરી દવા પીને આપઘાત શા માટે કરે? આ સમાચાર માત્ર પબ્લિક માટે જ કોયડો હતા તેવું નહોતું... પોલીસ માટે પણ પઝલનો વિષય હતો!

એસીપી ખન્ના તેની કેબિનમાં મોહિત વિરાણીનો પોસ્ટમૉર્ટમનો રિપોર્ટ વાંચી રહ્યા હતા. મૃત્યુનું કારણ પૉઇઝન જ હતું... મોહિત વિરાણીના આપઘાતનું રહસ્ય ખન્નાના દિમાગમાં ઘૂંટાતું જતું હતું... ત્યાં જ...

"આવું સાહેબ?" ખન્નાની કેબિનનો દરવાજો ખોલીને એક વ્યક્તિએ અંદર આવવાની પરવાનગી માંગી.

એસીપી ખન્નાએ ઇશારાથી પરવાનગી આપી અને ગણતરીની પળોમાં જ આગંતુકને પગથી માથા સુધી માપી લીધો. છ ફૂટ હાઇટ, પહોળા ખભા, ગ્રે કલરનો સૂટ, લાલ કલરની ટાઈ અને માથા પર પહેરેલી સફેદ હેટને કારણે તે જૂની હિન્દી ફિલ્મોના વિલન જેવો લાગતો હતો.

"સાહેબ... મારું નામ અનિલ ગાયકવાડ છે." તેણે શેકહેન્ડ કરવા માટે હાથ લંબાવ્યો.

ખન્નાએ હાથ મિલાવીને સામેની ખુરશીમાં બેસવા માટે ઇશારો કર્યો.

પેલાએ તરત બેસીને કોટના ખિસ્સામાંથી પોતાનું કાર્ડ આપ્યું.

ખન્નાએ કાર્ડ પર નજર ફેરવી... અનિલ ગાયકવાડ પ્રાઇવેટ ડિટેક્ટિવ... મુંબઈ...

"હા સાહેબ, હું તમને ખાસ માહિતી આપવા આવ્યો છું કે મોહિત વિરાણીએ આત્મહત્યા નથી કરી, પરંતુ તેનું ખૂન થયું છે."

"વ્હોટ?" ખન્ના સાહેબ ચમક્યા.

"યસ સર..." ગાયકવાડના અવાજમાં આત્મવિશ્વાસનો રણકાર હતો.

"માંડીને વાત કરો…" ખન્નાસાહેબના સૂરમાં આદેશ હતો.

"સાહેબ, મોહિત વિરાણીની પત્ની માધુરીએ આમ તો લગ્ન પછી તરત જ મરાઠી ફિલ્મ લાઇન છોડી દીધી હતી, પરંતુ છેલ્લા ત્રણેક માસથી મોહિતને શંકા પડી ગઈ હતી કે તેની પત્નીને તેના કોઈક જૂના પ્રેમી સાથે ફરીથી લફરું થયું છે, તેથી તેની પત્ની પર નજર રાખવાનું કામ મને સોંપ્યું હતું."

"તો તમે જે જાસૂસી કરી તેનું શું પરિણામ આવ્યું ?" ખન્નાસાહેબે મુદ્દાનો સવાલ પૂછ્યો.

"સાહેબ, મોહિત વિરાણીની શંકા સાચી હતી. મરાઠી ફિલ્મોનો એક નિષ્ફળ કલાકાર મનન આપ્ટે જેનું બે દિવસ પહેલાં જ મુંબઈમાં ખૂન થયું છે તેની સાથે મેડમને સુંવાળા સંબંધો હતા…" ગાયકવાડે કોટના ખિસ્સામાંથી અંગ્રેજી અખબાર કાઢીને ખન્નાસાહેબને વાંચવા માટે આપ્યું, જેમાં મનન આપ્ટેના ખૂનના સમાચાર હતા. સમાચાર વાંચીને ખન્નાસાહેબને વાતમાં રસ પડ્યો.

તેમણે તરત બેલ મારીને પટાવાળાને બોલાવ્યો અને બે ચાનો ઑર્ડર આપ્યો.

"મનન આપ્ટેને કોઈની સાથે દુશ્મની ?" ખન્નાએ વેધક પ્રશ્ન પૂછ્યો.

"આમ તો સાહેબ, મારી જાણમાં એવું કંઈ નથી, પરંતુ મોહિત વિરાણીએ જ તેની સોપારી કોઈને આપી હોય તેવું મારું માનવું છે."

"ઓહ… તો તો પહેલાં મોહિત વિરાણીએ, આપ્ટેનું ખૂન કરાવ્યું અને પછી પસ્તાવો થયો એટલે આત્મહત્યા કરી હોવી જોઈએ…"

"સાહેબ, ફરીથી કહું છું મોહિત વિરાણીનું પણ ખૂન જ થયું છે… કદાચ ઝેરી દવા કોઈ પ્રવાહી વડે તેની પત્ની માધુરીએ જ આપી દીધી હોવી જોઈએ…"

"એવું તમે ખાતરીપૂર્વક કઈ રીતે કહી શકો છો ?"

"મનન આપ્ટેના ખૂનનો બદલો લેવા માટે તેણે પોતાના પતિને કાયમ માટે સુવડાવી દીધો હોય તેવું ન બને ?"

ખન્નાસાહેબ ઊંડા વિચારમાં પડી ગયા. પટાવાળો ચાની ટ્રે ટેબલ

ઉપર મૂકી ગયો. તે દરમિયાન તેમણે ફોન ઉપર તરત જ માધુરી વિરાણી શહેરની બહાર ન નીકળી જાય તે માટે તેની ઉપર નજર રાખવાની સૂચના નીચેના સ્ટાફને આપી દીધી.

એક જ ઘૂંટડે ચાનો કપ પૂરો કરીને અનિલ ગાયકવાડે ઊભા થઈને ખન્નાસાહેબ સાથે હેન્ડશેક કરતાં કહ્યું... "ચાલો સાહેબ મારું કામ પૂરું થયું... હવે હું રજા લઉં ?"

"તમારી પર્સનાલિટી જોતાં તમારે તો પોલીસ ડિપાર્ટમેન્ટમાં જવું જોઈએ." ખન્નાએ ગાયકવાડનો મજબૂત પંજો દબાવીને સસ્મિત કહ્યું.

"સાહેબ... અત્યાર સુધીમાં આવું તો મને ઘણા બધા માણસોએ કહ્યું છે... મુંબઈ ક્રાઇમના એસ.પી.એ પણ મને એક વાર આવું જ કાંઈક કહ્યું હતું... ઓ.કે. ગુડબાય સર..." ગાયકવાડે જતાંજતાં વિવેકપૂર્વક ખન્નાસાહેબને નાનકડી સલામ કરી.

અનિલ ગાયકવાડ કેબિનની બહાર નીકળ્યો અને તરત જ એકલા પડેલા એસીપી ખન્નાસાહેબનું દિમાગ કેસના આટાપાટા ઉકેલવા માટે કમ્પ્યુટરની જેમ કામે લાગી ગયું !

* * *

મોહિત વિરાણીની આત્મહત્યાને સાત દિવસ વીતી ગયા હતા, છતાં આત્મહત્યાનું ચોક્કસ કારણ પ્રકાશમાં આવ્યું નહોતું. આત્મહત્યાનું કારણ શોધવામાં પોલીસની સરિયામ નિષ્ફળતા માટે પ્રેસ અને ચૅનલવાળાઓએ તેમની ઉપર માછલાં ધોવામાં કશું જ બાકી નહોતું રાખ્યું. અચાનક અખબારોમાં સમાચાર ઝળક્યા... મોહિત વિરાણીની પત્ની માધુરી વિરાણી ગાયબ ! તે ખરેખર ભાગી ગઈ હતી કે તેનું અપહરણ થયું હતું તે માત્ર અટકળનો વિષય હતો.

મીડિયાને ફરીથી મસાલો મળી ગયો હતો અને વધારે જોરમાં તેમણે પોલીસ ડિપાર્ટમેન્ટની નિષ્ક્રિયતાની ટીકા કરવાનું અભિયાન ચલાવવા માંડ્યું હતું ! ગૃહપ્રધાનને પણ વિપક્ષોના આક્ષેપોનો સામનો કરવાનું ભારે પડી રહ્યું હતું... કારણ કે બોંતેર કલાક વીતી જવા છતાં માધુરી વિરાણીની ભાળ મળી શકી નહોતી.

મોડી રાત્રે પોલીસ કમિશનરની ઑફિસમાં ઇમરજન્સી મિટિંગ પૂરી થઈ પછી આખી ઑફિસમાં માત્ર બે જ વ્યક્તિઓ હાજર હતી. એક પોલીસ કમિશનર અને બીજા એસીપી ખન્ના – જેઓ ક્યારના સાહેબ એકલા પડે તેની રાહ જોઈ રહ્યા હતા.

"યસ.. મિ. ખન્ના... શું કહેવા માંગો છો ?" આ વખતે પોલીસ કમિશનર ખન્નાથી થોડા નારાજ હતા, કારણ કે આખો કેસ ખન્નાને સોંપવામાં આવ્યો હતો અને આ વખતે કેસનો કોઈ સુરાગ નહોતો મળતો અને ઉપરથી કેસ વધુ ને વધુ ગૂંચવાતો જતો હતો.

"સર, આવતી કાલે સવારે પ્રેસ કૉન્ફરન્સ બોલાવી દો... આખા કેસનો પર્દાફાશ થઈ જશે..." ખન્નાના અવાજમાં આત્મવિશ્વાસનો રણકાર હતો.

"તો શું આવતી કાલે માધુરી વિરાણી મળી જશે ?" કમિશનરના અવાજમાં આશ્ચર્ય હતું.

ખન્નાએ પોતાના મોબાઇલમાં આવેલ મૅસેજ ઉપર ઝડપથી નજર ફેરવી. મહત્ત્વના સમાચારો આવ્યા હોય તેવું તેના ચહેરા ઉપરથી સ્પષ્ટ લાગી રહ્યું હતું... "સર, હવે માધુરીના જીવને કોઈ જોખમ નથી, માટે તે પ્રેસ કૉન્ફરન્સમાં હાજર રહેશે."

"પણ, અત્યારે માધુરી વિરાણી છે ક્યાં ?" કમિશનરે આતુરતાથી પૂછ્યું.

"તેને મેં મારા જ ઘરમાં છુપાવી છે..." ખન્નાએ ધડાકો કર્યો.

"વ્હોટ...?" કમિશનરની આંખો પહોળી થઈ ગઈ.

"હા સાહેબ, તેના જીવને જોખમ હતું તેથી મેં તેને મારા ઘરમાં જ છુપાવી દીધી હતી, સૉરી સાહેબ હું તમારી પરમિશન નથી લઈ શક્યો."

"તો શું મોહિતનું ખૂન નથી થયું ? તેણે ખરેખર આત્મહત્યા જ કરી છે ?" કમિશનરે પ્રશ્નોનો મારો શરૂ કરી દીધો.

"સર, ગઈ કાલ સુધી હું પણ તેમ જ માનતો હતો કે મોહિત વિરાણીનું ખૂન થયું છે, પણ હવે ખાતરીપૂર્વક કહું છું કે તેણે આત્મહત્યા જ કરી છે."

"ખાતરીપૂર્વક કઈ રીતે ?" કમિશનરે ઝીણી આંખો કરીને પૂછ્યું.

"સાહેબ, ક્યારેક ગુનેગાર પોતાની જાતને ઓવર સ્માર્ટ સમજતો હોય છે, પરિણામે સામેથી જ તે શકના દાયરામાં આવી જતો હોય છે." ખન્નાએ નિરાંતે કહ્યું.

"હું સમજ્યો નહીં..." કમિશનર સાહેબની આંખમાં આશ્ચર્ય હતું.

"મુંબઈના મરાઠી ફિલ્મોના કલાકાર મનન આપ્ટેનો ખૂની અનિલ ગાયકવાડ જ છે. તે પ્રાઇવેટ ડિટેક્ટિવ હતો જ નહીં... તેણે તે દિવસે જતાં જતાં જ્યારે તેનું વિઝિટિંગ કાર્ડ મારા ટેબલ ઉપરથી પરત ઉઠાવીને સિફતપૂર્વક કોટના ખિસ્સામાં મૂક્યું હતું ત્યારે જ મને તેના પર શક પડી ગયો હતો. અને તરત જ મેં મુંબઈ ક્રાઇમને તેના વિશે તપાસ કરવાનું કહી દીધું હતું. હમણાં જ મુંબઈ પોલીસે તેની ધરપકડ કરી લીધી છે, તેવો મૅસેજ મને મળ્યો છે. હવે માધુરીનો જીવ જોખમમાં નથી."

"તો એ અનિલ ગાયકવાડ હતો કોણ ?"

"સાહેબ, એ મનન આપ્ટેનો જ સાગરીત હતો, તેણે મારી પાસે આવીને મોહિત વિરાણીએ માધુરીની જાસૂસી કરવાનું સોંપ્યું હતું તેવી વાત ઉપજાવીને આપણા ડિપાર્ટમેન્ટને ગેરમાર્ગે દોરીને એક કાંકરે બે પક્ષી મારવાનું કામ કરેલું."

"એક કાંકરે બે પક્ષી ?"

"હા સાહેબ, એક તો પોતે મનન આપ્ટેનો ખૂની હતો અને તે ખૂનનો આરોપ અવસાન પામેલ મોહિત વિરાણી ઉપર ઢોળી દે તો તેના ઉપર કોઈને શક ન જાય... બીજું માધુરી વિરાણીને પોતાના પતિના ખૂન માટે જેલમાં જવું પડે."

"પણ માધુરી વિરાણી સાથે તેની શી દુશ્મની હતી ?"

"સાહેબ, ગાયકવાડની એટલી વાત સાચી હતી કે વર્ષો પહેલાં મનન આપ્ટે સાથે માધુરીને સુંવાળા સંબંધો હતા... યુ નો સર... ફિલ્મ લાઇનમાં તો આવું બધું ચાલ્યા જ કરતું હોય છે."

"યસ, આઈ નો..." કમિશનરે ખન્નાની વાતમાં સૂર પુરાવ્યો.

"છેલ્લાં થોડાં વર્ષોથી મનન આપ્ટે બિલકુલ બેકાર હતો, તેથી

પૈસા માટે તેણે અનિલ ગાયકવાડ સાથે મળીને માધુરીએ ભૂતકાળમાં પોતાને લખેલા પ્રેમપત્રો માટે માધુરીને બ્લૅકમેઈલ કરવાનું ચાલુ કર્યું હતું. ગાયકવાડ સાથે મળીને માધુરી પાસેથી દશેક લાખ પડાવ્યા પછી મનન આપ્ટેએ એક પત્ર સિવાય તમામ પત્રો માધુરીને પરત આપી દીધા હતા. હવે પેલા છેલ્લા એક પત્રના આધારે ગાયકવાડ મનન આપ્ટેને ફરીથી માધુરી પાસેથી મોટી રકમ પડાવવા માટે દબાણ કરી રહ્યો હતો, પરંતુ પોલીસની બીકને કારણે મનન આપ્ટે તેમ કરવા માટે તૈયાર નહોતો. આખરે ગાયકવાડે મનન આપ્ટેનું ખૂન કરી નાખ્યું અને પોતે નિર્દોષ બચી જાય તે માટે અમદાવાદમાં જોગાનુજોગ આત્મહત્યા કરનાર મોહિત વિરાણીએ જ મનનનું ખૂન કરાવ્યું હોવું જોઈએ તેવી વાત આપણા ડિપાર્ટમેન્ટમાં સિફ્તપૂર્વક ફેલાવીને આપણને ગેરમાર્ગે દોરી દીધા."

"પણ મોહિત વિરાણીએ આત્મહત્યા શા માટે કરી?" કમિશનરે યક્ષપ્રશ્ન કર્યો.

"હજુ મારી વાત અધૂરી છે સાહેબ, ગાયકવાડે પેલા છેલ્લા પ્રેમપત્રની બદલામાં માધુરી પાસે મોટી રકમની માંગણી કરી... પરંતુ મનન આપ્ટેનું આગલા દિવસે ખૂન થયું હતું તે સમાચાર માધુરીએ ટીવી પર જોયા હતા, તેથી તેણે હિમ્મતપૂર્વક ગાયકવાડને રૂપિયા આપવાની ના પાડી દીધી. ગુસ્સામાં ગાયકવાડે મોહિત વિરાણીનો સંપર્ક કર્યો અને પેલો પત્ર બતાવી દીધો. તે રાત્રે મોહિતને માધુરી સાથે ભયંકર ઝઘડો થયો અને ગુસ્સામાં માધુરી પણ એવું બોલી ગઈ કે ફિલ્મ અભિનેત્રીને પરણવું હોય તો મોટું મન તો રાખવું જ પડે... તારા જેવા નૅરો માઇન્ડેડ માણસને પરણવાની મેં મોટી ભૂલ કરી છે. મોહિત વિરાણીને ખૂબ જ લાગી આવ્યું... ખરેખર ફિલ્મની નટીને પરણવાની હિમાલય જેવડી ભૂલ તો પોતે કરી હતી, તેવો તેને અહેસાસ થયો હોવો જોઈએ.

"વળી, સાહેબ એટલું તો આપ પણ સ્વીકારશો કે દુનિયાનો કોઈ પણ પતિ પોતાની પત્નીના પ્રેમીને ક્યારેય માફ નથી કરી શકતો, ભલે ને તે ગમે તેટલો ભૂતકાળનો પ્રેમી હોય... અને આખરે ઉશ્કેરાટમાં મોહિત

વિરાણીએ વહેલી સવારે આત્મહત્યા કરવાનું પગલું ભરી લીધું." ખન્ના થોડો શ્વાસ ખાવા રોકાયો... ટેબલ ઉપર પડેલા પાણીના ગ્લાસને એક ઝાટકે પૂરો કરીને તેણે કમિશનરને પ્રશ્ન કર્યો... "સર... જે સ્ત્રીને પંદર વર્ષ પહેલાંનો પ્રેમી બ્લૅકમેઈલ કરતો હોય વળી તે મરી પણ ગયો હોય તો તેના માટે થઈને કોઈ સ્ત્રી શા માટે તેના પતિને ઝેર પિવડાવી દે ?" ખન્નાની દલીલમાં વજૂદ હતું.

"યસ... યુ આર રાઇટ..." કમિશનરે ખન્નાની પીઠ થાબડી અને નિરાંતનો ઊંડો શ્વાસ લીધો. "તમારી આટલી ગહન તપાસને કારણે આવતી કાલે આપણે પોલીસ ડિપાર્ટમેન્ટની સક્રિયતાને પ્રેસ સમક્ષ રજૂ કરી શકીશું." કમિશનર અને ખન્ના છૂટા પડ્યા ત્યારે ઘડિયાળમાં વહેલી સવારના ચારના ડંકા પડી રહ્યા હતા.

* * *

બીજે દિવસે વિશાળ કૉન્ફરન્સ હૉલમાં પત્રકારોએ સમયસર પોતાનું સ્થાન ગ્રહણ કરી લીધું હતું... સૌ કોઈને અંદેશો આવી ગયો હતો કે આજે પોલીસ કમિશનર મોહિત વિરાણીના કેસ અંગે રહસ્યસ્ફોટ કરશે જ. કમિશનર સાહેબે વિસ્તારપૂર્વક મોહિત વિરાણીની આત્મહત્યા અને તેની સાથે મળતી કડી મુંબઈના મનન આપ્ટેના ખૂનકેસ બાબતે સ્પષ્ટતા કરી.

ત્યાં અચાનક માધુરી વિરાણીએ ઊભા થઈને કમિશનર સાહેબ પાસે કાંઈક રજૂઆત કરવા માટે પરવાનગી માંગી. કમિશનર સાહેબે તેને તરત પરવાનગી આપી જેથી પોલીસની બારીક તપાસથી માધુરી વિરાણીને પણ સંતોષ થયો છે, તેવું પ્રેસ સમક્ષ સાબિત કરી શકાય.

સફેદ સાડીમાં સજ્જ માધુરીએ માઇક હાથમાં લીધું, ત્યારે હૉલમાં એસીનો અવાજ પણ સ્પષ્ટ રીતે સાંભળી શકાતો હતો તેટલી હદે શાંતિ પથરાઈ ચૂકી હતી !

"મારે માત્ર એટલું જ કહેવું છે કે કમિશનરસાહેબે આપની સમક્ષ અર્ધસત્ય રજૂ કર્યું છે." માધુરીએ પોતાના બૉબ્ડ હેરમાં હાથ ફેરવતાં કહ્યું.

"એટલે ?" એક પત્રકારે પૂછ્યું.

"એટલે એમ કે મોહિત આપ્ટે સાથે લગ્ન પહેલાં મનન આપ્ટે સાથે મારે અફેર હતું... તેણે મને થોડા સમય પહેલાં ગાયકવાડની સાથે મળીને બ્લૅકમેઈલ કરી... આપ્ટેના ખૂન માટે ગાયકવાડની ધરપકડ... આ બધી માહિતી સાચી છે... અહીં સુધી હું પોલીસ તપાસને દાદ આપું છું."

"તો પછી મૅડમ... અર્ધસત્ય શા માટે ?" બીજા પત્રકારે પૂછ્યું.

માધુરીએ પ્રશ્નનો જવાબ આપતાં પહેલાં પૂર્વભૂમિકા બાંધી...

"મારા અને મોહિતના આમ તો લવ મેરેજ હતાં... છેલ્લા ઘણા સમયથી બિઝનેસ અને રૂપિયા પાછળની દોડને કારણે મોહિતને મારા માટે બિલકુલ સમય નહોતો... તેનું એટલું બીઝી શિડ્યુલ હતું કે રાત્રે ત્રણ-ચાર કલાકની જ તે ઊંઘ લઈ શકતો..."

થોડું અચકાઈને માધુરીએ વાત આગળ ધપાવી, "પંદર વર્ષના દામ્પત્યજીવનમાં અમારે કોઈ બાળક નહોતું... હું બાળક માટે તડપતી હતી... મોહિત સંપૂર્ણ પુરુષ હતો, પરંતુ એટલી હદે તેણે તેના મનને બિઝનેસમાં રોકી દીધું હતું કે ઇચ્છે તોપણ તે મને શારીરિક સુખ આપવામાં નિષ્ફળ જતો હતો... આવા સંજોગોમાં મોહિત વિદેશ ગયો હતો, ત્યારે હું એક કુંવારા પુરુષ પ્રત્યે છેલ્લા થોડા દિવસોથી આકર્ષાયેલી... તેણે મને તેની સાથે લગ્ન કરવાનું વચન આપ્યું હતું... મેં પણ તેને બહુ ટૂંકા સમયના પરિચયમાં મારું સર્વસ્વ સોંપી દીધું અને તે વ્યક્તિની પત્ની બનવા માટે તેના કહેવાથી જ મોહિત વિરાણીને મેં તે રાત્રે દૂધમાં ઝેર પિવડાવીને કાયમ માટે સુવડાવી દીધો." માધુરીએ જબરદસ્ત મોટો રહસ્યસ્ફોટ કર્યો.

હૉલમાં ગણગણાટ શરૂ થઈ ગયો. કૅમેરાના સતત ફ્લેશ વચ્ચે માધુરીનો રૂપાળો ચહેરો ઝબકી રહ્યો. દરેક પત્રકારોના મુખમાંથી એક જ પ્રશ્ન સરી પડ્યો... કોણ છે એ કુંવારો પુરુષ ? કોણ છે એ વ્યક્તિ જેના માટે તમે તમારા પતિનું ખૂન કરી નાખ્યું !

"એસીપી ખન્ના..." માધુરી વિરાણીએ બીજો ધડાકો કર્યો. "તેના માટે મેં મારા પતિને દગાથી મારી નાખ્યો, પણ ખન્નાએ મારી સાથે વધુ મોટો દગો કર્યો છે, તે પરણેલો છે. તેની પત્ની અને બે બાળકો

તેના વતનમાં રહે છે, તેવી વાત તેણે છેક મને આજે અહીં આવતી વખતે રસ્તામાં જ કહી અને હવે તે મને તેની રખાત તરીકે સ્વીકારીને મારા ઉપર ઉપકાર કરશે તેવું તેણે જણાવ્યું છે!"

પોલીસ કમિશનરસાહેબે તરત જ ત્યાં હાજર રહેલા તમામ પોલીસ ઇન્સ્પેક્ટરોને માધુરીની સાથે એસીપી ખન્નાને પણ કૉર્ડન કરી લેવાનો ઇશારાથી આદેશ આપી દીધો, કારણ કે મોહિત વિરાણીના ખૂન કેસમાં હવે માધુરીને સાથ આપવા માટે એસીપી ખન્ના ઉપર શંકાનાં વાદળો ઘેરાઈ ચૂક્યાં હતાં!

કુદરતની આટાપાટાની રમતને આજ સુધી કોઈ કાળા માથાનો માનવી સમજી શક્યો નથી, અને...

હવે જ્યારે સમગ્ર કિસ્સા ઉપરથી રહસ્યનો પડદો ઊંચકાઈ જ ગયો છે... મોહિત વિરાણીની આત્મહત્યા નહોતી, પરંતુ આયોજનપૂર્વક તેનું ખૂન કરવામાં આવ્યું હતું... જે ખૂનીએ પોતે જ સ્વીકારી લીધું છે, ત્યારે એસીપી ખન્નાને બચાવવા માટે કૉર્ટમાં ભવિષ્યમાં તેના વકીલો કાયદાની ભાષામાં કેવી આટાપાટાની રમત રમશે તે માત્ર વાચકોની કલ્પનાનો જ વિષય છે!

'અભિયાન'
દીપોત્સવી અંક, ૨૦૧૧

૪

ગુરુદક્ષિણા

શહેરની પ્રતિષ્ઠિત કૉલેજ એટલે વિલિંગ્ડન આર્ટ્સ એન્ડ કૉમર્સ કૉલેજ અને તેમાં પણ વિદ્યાર્થી-વિદ્યાર્થિનીઓના પ્રિય પ્રોફેસર એટલે પ્રો. સહદેવ જોશી. તેમનું સાયકોલૉજીનું લેક્ચર હોય એટલે ક્લાસ હાઉસફુલ જ હોય. પ્રો. જોશીના લેક્ચરમાં કોઈ પણ સ્ટુડન્ટ બન્ક મારવાનું ક્યારેય વિચારતો નહીં, જેનું મુખ્ય કારણ પ્રો. જોશીની ભણાવવાની આગવી શૈલી હતી. તેમના લેક્ચરમાં સૌ કોઈને જ્ઞાન સાથે ગમ્મતનો અનુભવ થતો. પ્રો. સહદેવ જોશી નામ પ્રમાણે જ અત્યંત મિતભાષી હતા, પરંતુ ક્લાસરૂમમાં તેઓ સોળે કળાએ ખીલી ઊઠતા. અત્યંત ધીર ગંભીર પ્રકૃતિ ધરાવતા પ્રો. જોશી વર્ગખંડમાં તેમના વ્યક્તિત્વથી તદ્દન વિપરીત બની જતા... તેમના ચહેરા પરનું સ્મિત ભણાવતી વખતે દરેક સ્ટુડન્ટસ્‌ના ચહેરા ઉપર છવાઈ જતું, તેથી જ દરેક વિદ્યાર્થીને જોશીસાહેબ ખૂબ જ પોતીકા લાગતા. પોણા છ ફૂટ હાઇટ અને મજબૂત બાંધો ધરાવતા પ્રો. જોશી દેખાવમાં એટલા બધા હેન્ડસમ હતા કે કોઈ પણ ફિલ્મી હીરોને ટક્કર મારી શકે.

રિસેસમાં સ્ટાફરૂમમાં અન્ય પ્રોફેસરો ઘણી વાર કૉમેન્ટ કરતા કે પ્રોફેસર તમારું નામ તો સહદેવ જોશીને બદલે કામદેવ જોશી હોવું જોઈએ !

દિવાળી વેકેશન પછી આજે નવી ટર્મ શરૂ થવાનો પ્રથમ દિવસ હતો. ક્લાસરૂમમાં પ્રવેશતાંની સાથે જ જોશી સાહેબનું ધ્યાન પ્રથમ બૅંચમાં બેઠેલી મુગ્ધા ઉપર પડ્યું :

"શું નામ છે આપનું ?"

"જી... મુગ્ધા... સર" મુગ્ધાએ ઊભા થઈને જવાબ આપ્યો.

"ગઈ ટર્મમાં તમે નહોતાં... બરોબર ને ?"

"યસ... સર, હું અમદાવાદ એચ. કે. આર્ટ્સમાં ભણતી હતી... મમ્મીની બદલી અહીં થઈ, તેથી આ કૉલેજમાં ઍડ્મિશન લીધું છે."

"કેમ આ જ કૉલેજમાં ? શહેરમાં તો બીજી છ કૉલેજ છે" પ્રો. જોશી જાણે કે મુગ્ધાનો ઇન્ટરવ્યૂ લેવા માંડ્યા.

"સર... આ કૉલેજનું નામ છે... ફેમસ છે."

"ગુડ આન્સર. મુગ્ધા આ કૉલેજ ગુરુદક્ષિણા માટે પણ ફેમસ છે."

"જી...સર...?" મુગ્ધાએ પ્રશ્નાર્થ કર્યો.

"એટલે એમ કે વિદ્યાર્થીઓ તેમને જે પ્રોફેસર યોગ્ય લાગે તેને કૉલેજ છોડતી વખતે ગુરુદક્ષિણા આપતા હોય છે."

આખા ક્લાસમાં હાસ્યનું મોજું ફરી વળ્યું.

"સીટ ડાઉન મુગ્ધા..." પ્રો. જોશીએ હાથના ઇશારા વડે મુગ્ધાને બેસાડીને હસતાં-હસતાં ભણાવવાનું શરૂ કર્યું.

પ્રો. જોશીની સ્ટાઇલથી દરેક સ્ટુડન્ટ પરિચિત હતો, તેથી તેમના માટે નવી આવેલ વિદ્યાર્થિનીને ઓળખી જવું સામાન્ય બાબત હતી, પરંતુ મુગ્ધા તો સ્તબ્ધ થઈ ગઈ હતી. સિત્તેરના ભરચક ક્લાસમાં આવતાંની સાથે જ નવા આગંતુકને ગણતરીની ક્ષણોમાં જ ઓળખી જવું તે વાત જ મુગ્ધાને અચરજ પમાડી રહી હતી. વળી મુગ્ધાએ બીજી પણ એક બાબત નોંધી કે પ્રો. જોશી વારંવાર તેના ચહેરા સામે જોયા કરતા હતા. મુગ્ધા તરત નીચે જોઈ જતી હતી... આવો અનુભવ મુગ્ધા માટે તદ્દન નવો જ હતો.

•

તે રાત્રે મુગ્ધાને ઊંઘ ન આવી... પ્રો. સહદેવ જોશીના વિચારો તેનો પીછો છોડતા નહોતા. મુગ્ધાવસ્થાની ઉંમર અને સરનું આવી રીતે તેના ચહેરા સામે તાકી રહેવું તે બાબતથી મુગ્ધાને ન સમજાય એવી લાગણી થઈ રહી હતી.

"કેમ બેટા, ઊંઘ નથી આવતી ?" બાજુમાં સૂતેલી મમ્મીએ પૂછ્યું.

"ના મમ્મી... આવે છે ને..." એટલું બોલીને મુગ્ધા પડખું ફરીને સૂઈ ગઈ.

મુગ્ધા મનોમન વિચારી રહી... વિધવા મમ્મીએ કેટલું કષ્ટ ઉઠાવીને તેને મોટી કરી હતી... પપ્પા તો પોતે ઘોડિયામાં સૂતી હતી તે દિવસોમાં જ કેન્સરને કારણે ગુજરી ગયા હતા. મમ્મી-પપ્પાએ બંને પક્ષના વડીલોની સામે બગાવત કરીને આંતરજ્ઞાતીય લગ્ન કર્યાં હતાં, પરિણામે મમ્મીને આજ સુધી એક પણ પક્ષનો ટેકો ક્યારેય ઉપલબ્ધ થઈ શક્યો નહોતો. યુવાન વયે નાના બાળકને મૂકીને જ્યારે કોઈ પણ પુરુષ ગામતરું કરી જાય ત્યારે તેના પરિવારને માત્ર છાપરું નહીં, પરંતુ આકાશ ઊડી ગયાનો અહેસાસ થતો હોય છે! સદ્નસીબે પપ્પાના અવસાન પછી તેમની કંપનીએ મમ્મીને નોકરીની ઑફર કરી હતી, જેને કારણે મા-દીકરી ટકી ગયાં હતાં.

બીજે દિવસે પણ પ્રો. સહદેવ જોશીએ મુગ્ધાને એકલીને જ ભણાવતા હોય તેવી રીતે પિરિયડ લીધો. સાત-આઠ લેક્ચરમાં તો મુગ્ધા ઘાયલ થઈ ગઈ... સરની દરેક છટા તેને લાજવાબ લાગી રહી હતી. પ્રો. જોશીએ તેના મન પર સંપૂર્ણ કબજો લઈ લીધો હતો. હવે મુગ્ધાની તો દુનિયા જ બદલાઈ ગઈ હતી... તેના જીવનમાં વસંતનું આગમન થઈ ચૂક્યું હતું... હા... મુગ્ધા પ્રો. જોશીના પ્રેમમાં પડી ચૂકી હતી. સર ભણાવતી વખતે તેના ચહેરા સામે જુએ તે મુગ્ધાને ગમવા લાગ્યું હતું... મુગ્ધા પણ હવે સરની આંખોમાં જોવાનો પ્રયાસ કરવા લાગી હતી. મુગ્ધાવસ્થામાં જ્યારે કોઈ પણ છોકરી પ્રેમમાં પડે ત્યારે ખૂબ જ આસાનીથી પોતાની તમામ જિંદગી સામેના પાત્રના નામે લખી દેવા માટે તૈયાર થઈ જતી હોય છે. મુગ્ધા પણ સરને પોતાના

જીવનસાથી બનાવવા માટે તલપાપડ થઈ ગઈ હતી. મુગ્ધા મનમાં ને મનમાં વિચારતી કે સરની ઉંમર ચાલીસની અંદર હોવી જોઈએ... કદાચ પાંત્રીસ પણ હોય... દેખાય છે તો ત્રીસ જેવા... પ્રો. જોશી ખરેખર ફિલ્મસ્ટાર જેવા જ દેખાતા હતા, તેથી તેમની સાચી ઉંમરનો ક્યાસ કાઢવો કોઈને પણ માટે મુશ્કેલ હતું!

બીજા પંદરેક દિવસ વીતી ગયા... મુગ્ધાની સામે પ્રો. સહદેવ જોશીનું સતત તાકી રહેવાનું ચાલુ જ હતું અને સામે મુગ્ધાનું ત્રાટક પણ... મુગ્ધાને લાગી રહ્યું હતું કે પ્રેમમાં મૌન હજારો સંવાદ કરતાં વધારે કામ કરી જતું હોય છે!

અચાનક પ્રો. જોશી એક દિવસ કૉલેજમાં ન આવ્યા. મુગ્ધાએ માંડમાંડ દિવસ વિતાવ્યો. બીજે દિવસે પણ સર ન આવ્યા... આમ ને આમ છ દિવસ વીતી ગયા. હવે મુગ્ધા વિહ્વળ બની ગઈ. તપાસ કરતાં જાણવા મળ્યું કે સરને તાવ આવ્યો છે. કૉલેજ કેમ્પસથી થોડે દૂર આવેલા બેઠા ઘાટના મકાનમાં સર રહેતા હતા. હવે મુગ્ધા પોતાની જાતને રોકી ન શકી. તેણે તે તરફ પ્રયાણ કર્યું. વળી આજે જ મુગ્ધાને જાણવા મળ્યું હતું કે સરની પત્ની તો વર્ષો પહેલાં અવસાન પામેલ છે અને એકલા જ રહે છે તેથી મુગ્ધાની હિમ્મત વધારે ખૂલી ગઈ હતી. બપોરનો સમય હતો... ખુલ્લા મેદાનમાં દૂરદૂર સુધી કોઈ દેખાતું નહોતું.

એક ઝાડની નીચે ઊભા રહીને મુગ્ધાએ પર્સમાંથી મેકઅપ બૉક્સ કાઢીને ઝડપથી મેકઅપ કરી લીધો. કપડાં ઉપર પરફ્યુમનો સ્પ્રે કરી લીધો. સ્પ્રેની માદક સુવાસ મુગ્ધાને વધારે ને વધારે રોમાંચિત કરી રહી હતી. સમુદ્રમાં ઊછળતાં મોજાંની જેમ મુગ્ધાના મનના તરંગો ઊછળી રહ્યા હતા! આજે તો જો સર પ્રપોઝ નહીં કરે તો પોતે જ તેમને પ્રપોઝ કરીને કહેશે... સર હું આપને મારું સર્વસ્વ સોંપી દેવા તૈયાર છું... બસ મારો સ્વીકાર કરો... તમને જીવનસાથી બનાવીને મારું જીવન ધન્ય થઈ જશે.

વિચારોમાં ને વિચારોમાં મુગ્ધા પ્રો. જોશીના ઘરના ઓટલા સુધી ક્યારે પહોંચી ગઈ, તેનો પણ તેને ખ્યાલ ન રહ્યો. બારણું ખુલ્લું જ હતું

તેથી મુગ્ધા સીધી જ સરના ડ્રોઇંગ રૂમમાં પ્રવેશી. સર ખાટલા પર સૂતા હતા. સરનો રૂપાળો ચહેરો વધેલી દાઢીને કારણે વધારે આકર્ષક લાગતો હતો. મુગ્ધા સરના ખાટલાની બાજુમાં રાખેલ ખુરશી પર બેસી ગઈ.

સરે આંખો ખોલી : "અરે મુગ્ધા તું અહીં ?"

"હા... સર, તમને તાવ આવ્યો છે ?" મુગ્ધાએ સરના કપાળ પર હાથ મૂકીને પૂછ્યું.

સરે મુગ્ધાના હાથ પર પોતાના બંને હાથ મૂકી દીધા.

સરના સ્પર્શ માત્રથી મુગ્ધા રોમાંચિત થઈ ગઈ.

પણ... આ શું...? સરની આંખમાં આંસુ આવી ગયાં હતાં.

"સર... શું થયું ? તમે કેમ રડો છો ?"

"મુગ્ધા, મારો તાવ તો તને જોઈને જ ગાયબ થઈ ગયો છે."

"બહુ સરસ કહેવાય... સર..." મુગ્ધા થોડું અટકીને બોલી... "તમે પહેલે જ દિવસે ગુરુદક્ષિણા બાબતે વાત કરી હતી..."

"હા... અત્યારે પણ તને તે બાબતે જ વાત કરવી છે..." સરે ધીમેધીમે બેઠા થઈને કહ્યું.

મુગ્ધાનું હૃદય જોરથી ધડકવા લાગ્યું... સર હમણાં જ તેને પ્રપોઝ કરશે... આજે તો મુગ્ધા સરને પામવાનો એક પણ મોકો ગુમાવવા માટે તૈયાર નહોતી.

"તને નવાઈ લાગતી હતી ને કે ક્લાસરૂમમાં હું તારા ચહેરા સામે કેમ તાકી રહેતો હતો ?"

"હા... સર..." મુગ્ધા એટલું જ બોલીને અટકી ગઈ અને મનમાં બોલી : મને તો ખૂબ જ સારું લાગતું હતું સર...

"વાસ્તવમાં તો મુગ્ધા... હું તારા ચહેરા પરથી નજર હટાવી જ નહોતો શકતો..." સર બોલતાં-બોલતાં અટકી ગયા.

મુગ્ધા પણ હવે સર આગળ કાંઈક બોલે તેની પ્રતીક્ષા કરવા લાગી... મુગ્ધાનું હૃદય એટલું જોરથી ધડકી રહ્યું હતું કે તેના ધબકારા તે સ્પષ્ટ રીતે અનુભવી શકતી હતી !

આખરે થોડીક ક્ષણો બાદ સરે મૌન તોડ્યું : "જો મુગ્ધા સામેની

દીવાલ પર કોનો ફોટો છે ?"

મુગ્ધાએ પાછળ ફરીને જોયું તો સ્તબ્ધ થઈ ગઈ... "અરે આ તો મારો જ ફોટો છે..." એટલું બોલીને અટકી ગઈ અને ફોટા સામે તાકી રહી... આબેહૂબ મુગ્ધા જેવો જ ચહેરો...

"મુગ્ધા તે ફોટો તારો નથી, પરંતુ ચાર વર્ષ પહેલાં કાર અકસ્માતમાં અવસાન પામેલ મારી દીકરીનો ફોટો છે."

"ઓહ...નો... સર !"

"યસ મુગ્ધા, જોગાનુજોગ તેનું નામ પણ મુગ્ધા જ હતું... બસ આજે ગુરુદક્ષિણામાં તારી પાસે માત્ર તને દીકરી તરીકે સંબોધવાનો હક્ક માગું છું." પ્રો. જોશીની આંખમાંથી અશ્રુધારા વહી રહી હતી.

મુગ્ધાને તો શરમથી ધરતી માર્ગ આપે તો સમાઈ જવાની ઇચ્છા થઈ આવી. બાળપણથી જ પિતાના પ્રેમથી વંચિત રહેવાને કારણે એક દુ:ખી અને મજબૂર બાપના પ્રેમને સમજવામાં પોતે કેટલી મોટી ગેરસમજ કરી બેઠી હતી તેનો તેને પારાવાર પસ્તાવો થઈ રહ્યો હતો. ફિલ્મો અને ટીવી સિરિયલોની ગાઢ અસરથી ઘેરાયેલ નવી પેઢી જ્યારે એ વાત પણ ભૂલી જાય છે કે ગુરુનું સ્થાન માતા-પિતાની સમકક્ષ હોય છે... ત્યારે જ આવાં અકસ્માતો સર્જાતા હોય છે !

સર ઊભા થયા એટલે મુગ્ધા તરત જ સરના પગમાં પડી ગઈ. જોશી સાહેબે મૃત દીકરીના ફોટા પાસે અગરબત્તી પ્રગટાવી... રૂમમાં અગરબત્તીની પવિત્ર સુવાસ ફેલાઈ ગઈ, જેમાં મુગ્ધાએ છાંટેલ પરફ્યુમની માદક સુવાસ ઓગળી રહી હતી !

'અભિયાન'
તા. ૧૮-૨-૨૦૧૨

૫

કન્ફેશન

આજે ગોપાલ તેના સ્વર્ગસ્થ પિતા જટાશંકર રાવલ પર ખૂબ જ રોષે ભરાયો હતો, કારણ કે તેમણે ગામડાની ગમાર ગૌરી સાથે તેનાં લગ્ન કરાવ્યાં હતાં. જે અગ્નિની સાક્ષીએ ગોપાલે ગૌરી સાથે લગ્ન કર્યાં હતાં તેના તાપનું આગમન ગૌરીના ગરમ સ્વભાવરૂપે ગોપાલના જીવનમાં થયું હતું... પરિણામે ગોપાલના ભાગે સહન કરવાનું વધારે આવતું હતું. આમ તો ગૌરીનું ફૅમિલી બ્રેકગ્રાઉન્ડ સારું હતું. તેના પિયરપક્ષની શાખ પણ ગામમાં ખૂબ જ સારી હતી. બસ, ગૌરીનું ભણતર માત્ર ચાર ચોપડી જ હતું. જોકે ગોપાલ પણ કાંઈ ડૉક્ટર કે એન્જિનિયર નહોતો, માત્ર બી.કૉમ. જ હતો, પરંતુ ગોપાલને દુઃખ એ વાતનું હતું કે ગૌરી ભણેલી તો નહોતી, પરંતુ ગણેલી પણ નહોતી ! ગૌરીનું સામાન્ય જ્ઞાન શૂન્ય હતું છતાં તે એવું જડતાપૂર્વક માનતી હતી કે તેના જેટલું જ્ઞાન પૃથ્વી પર કોઈને નથી. જિદ્દી ને જડ વલણ ધરાવતી ગૌરી હંમેશાં ગોપાલ પાસે તેનું ધાર્યું જ કરાવવા માટે તત્પર રહેતી. પરિણામે ગોપાલ સાથેનો તેનો સંઘર્ષ રોજબરોજનો થઈ ગયો હતો.

લગ્નજીવનમાં જ્યારે એક પાત્રની સમજણ ઓછી હોય ત્યારે બીજા પાર્ટનરે હંમેશાં વધારે સમજદારી દાખવવી પડતી હોય છે, તે વાતથી ગોપાલ વાકેફ હતો તેથી જ જે પાણીએ મગ ચડે તે પાણીએ હંમેશાં ચડાવવાની કોશિશ કરતો રહેતો હતો. ગૌરીના ઉધામા કે ઝઘડાની સામે કાયમ ગોપાલનું વર્તન ફાયરબ્રિગેડ જેવું રહેતું, જેથી ઝઘડો વધે જ નહીં.

ગૌરી હંમેશાં ગોપાલને તેની ઓછી આવક માટે મહેણાં મારતી. ગોપાલ ચૂપચાપ સાંભળી લેતો હતો, કારણ કે તે જાણતો હતો કે પ્રાઇવેટ નોકરીમાં શેઠ તેનું શોષણ જ કરતા હતા. ગોપાલનો પગાર મોંઘવારીના પ્રમાણમાં ખરેખર ઓછો જ હતો... આના કરતાં તો જો તેણે પિતાના કર્મકાંડના વ્યવસાયમાં ઝંપલાવ્યું હોત તોપણ વધારે આવક હોત. સ્કૂલલાઈફમાં ગોપાલ પિતાનો પડછાયો બનીને ગોરપદું કરવાના કાર્યમાં મદદ કરવા જતો હતો, તેથી તે કામ તેના માટે આસાન જ હતું, પરંતુ શહેરમાંથી કૉલેજ કરીને આવ્યા બાદ ગોપાલને લાગ્યું કે યજમાન અને ભગવાનની વચ્ચે મુખ્ય સેતુ કર્મકાંડ કરાવનાર બ્રાહ્મણ જ હોય છે, તેથી તે તદ્દન પવિત્ર અને નિષ્કલંક હોવો જોઈએ. બસ, માત્ર આ એક જ કારણથી ગોપાલે પિતાનો વ્યવસાય અપનાવવાને બદલે પ્રાઇવેટ પેઢીમાં એકાઉન્ટન્ટની નોકરી સ્વીકારવાનું પસંદ કર્યું હતું.

ગોપાલના લગ્ન બાદ ત્રણ જ માસમાં વિધુર જટાશંકરનું હાર્ટઍટેકને કારણે અવસાન થયું હતું. હવે ગૌરીને માત્ર ગોપાલનું જ ભાણું સાચવવાનું હતું. જો સંયુક્ત કુટુંબનું બંધન કે જવાબદારી ન હોય તો કોઈ પણ યુગલ પ્રેમપૂર્વક જીવીને ધરતી પર સ્વર્ગનું નિર્માણ કરવા માટે સમર્થ હોય છે, પરંતુ આટલી નાની વાત પણ નૅરોમાઇન્ડેડ ગૌરીની સમજની બહાર હતી. તેના દિમાગમાં કોઈ અંધારી ગુફામાં કરોળિયાનું જાળું જેમ વધતું જાય તેમ અસંતોષનું જાળું વિરાટ બની ચૂક્યું હતું. લગ્નજીવનનાં સાત વર્ષ વીતી જવા છતાં ગૌરીની કૂખ સૂની હતી તે બાબત પણ થોડે ઘણે અંશે આટલા મોટાં અસંતોષ માટે જવાબદાર હતી.

ગોપાલ ગૌરીને ઘણી વાર સમજાવતો કે શહેરમાં જઈને કોઈ સારા લેડી ડૉક્ટરને ગૌરીએ બતાવવું જોઈએ, પરંતુ ગૌરીનું સામાન્ય જ્ઞાન

એમ જ કહેતું હતું કે બાળક ન થવાનું મુખ્ય કારણ હંમેશાં પુરુષમાં રહેલ ખામી જ હોય છે. દરેક વાતમાં પતિનો જ વાંક જોનારી ગૌરીના જડસ્વભાવનું આ વાતમાં પણ પ્રતિબિંબ પડતું હતું!

આજે ગોપાલે ગૌરીને શહેરમાં લઈ જવા માટે અને લેડી ડૉક્ટરને બતાવવા માટે સમજાવવાનું નક્કી કર્યું હતું. ગોપાલે શાંતિથી જેવી વાતની શરૂઆત કરી કે તરત જ ગૌરીએ મહેણું માર્યું... "તમે તો ક્યાં પુરુષમાં જ છો? એટલા માટે તો હજુ સુધી આપણે બાળક વગરનાં છીએ."

ખલ્લાસ... ગોપાલ માટે આવો તદ્દન જૂઠો અને વાહિયાત આક્ષેપ સહન કરવો અસહ્ય થઈ પડ્યો. કોઈ પણ લગ્નજીવનમાં એક વ્યક્તિ સતત આગ લગાડવાનું કાર્ય કરે ત્યારે અન્ય વ્યક્તિ કાયમ માટે ફાયરબ્રિગેડનું કામ નથી કરી શકતી. ગોપાલના કિસ્સામાં પણ આજે એવું જ બન્યું. તેણે આજે પહેલી જ વાર ગૌરીના ગાલ પર જોરદાર લાફો ઝીંકી દીધો. ગૌરી પણ ક્રોધમાં બબડાટ કરતી-કરતી અંદરના રૂમમાં જઈને પલંગ પર ફસડાઈ પડી. ગોપાલને હાડોહાડ લાગી આવ્યું હતું, કારણ કે આ તેના પૌરુષત્વ પર સીધો પ્રહાર હતો જે સત્યથી તદ્દન વેગળો હતો. ગોપાલ જાણતો હતો કે ગૌરી બોલવા બેસે ત્યારે તેને શું બોલે છે તેનું કાંઈ જ ભાન હોતું નથી, છતાં તે ગમ ખાઈ ન શક્યો. મહાપરાણે તે મગજ પર કાબૂ રાખીને અંદરના રૂમમાં ગયો તો ગૌરી પલંગ પર ઊંધી સૂતી હતી અને પોતાના નસીબને કોસતી હતી.

ગોપાલ પણ ગુસ્સામાં ચૂપચાપ નોકરીએ જવા માટે જમ્યા વગર નીકળી ગયો. તેના મગજમાં સન્નાટો છવાઈ ગયો હતો. આજે તેને બરોબર સમજાઈ ગયું હતું કે જીવનમાં જેમ સુખનું કેન્દ્ર નજીકની વ્યક્તિ હોય છે, તેમ દુઃખનું કેન્દ્ર પણ નજીકની જ વ્યક્તિ હોય છે. ગોપાલે ગુસ્સામાં નોકરીએ જવાનું માંડી વાળ્યું. તે સીધો હાઈવે પર પહોંચીને એસ.ટી.માં બેસી ગયો. એકાદ કલાક પછી શહેર આવ્યું એટલે ઊતરી પડ્યો. હા... આ એ જ શહેર હતું જ્યાં તેણે હૉસ્ટેલમાં રહીને કૉલેજમાં ત્રણ વર્ષ અભ્યાસ કર્યો હતો. કૉલેજના બિલ્ડિંગ પાસે પહોંચ્યો, ત્યારે એકાએક તેના પગ થંભી ગયા. તેની સ્મૃતિમાં કેટલાંય

સંસ્મરણો સળવળી રહ્યાં... એક નાજુક નમણો ચહેરો તેની આંખને ભીંજવી ગયો. ગોપાલના પગ એકાએક થોડે દૂર આવેલા તળાવ તરફ વળ્યા. ગોપાલ તળાવની પાળ પર બેઠો. બપોરનો સમય હતો, તેથી પક્ષીઓ સિવાય કોઈની પણ હાજરી નહોતી. તળાવનું શાંત પાણી ગોપાલના દિમાગને પણ શાંત કરી રહ્યું હતું. એકાએક સામેના ગોખલા પર ગોપાલનું ધ્યાન ચોંટી ગયું. હા... એ જ સફેદ કબૂતરોનું યુગલ ગોખલામાં પ્રેમાલાપ કરી રહ્યું હતું, જેને ઘણી વાર જુલીના ખોળામાં માથું રાખીને સૂતાંસૂતાં નિહાળ્યું હતું. જુલીની યાદથી ગોપાલની આંખમાં ફરીથી આંસુ ઊમટ્યાં. કૉલેજના છેલ્લા વર્ષમાં જુલીનો માત્ર ચાર-પાંચ માસનો સંગાથ... બોલ્ડ ઍન્ડ બ્યુટીફુલ જુલીના વિચારો તેનાં કપડાં જેટલાં જ આધુનિક હતા. જુલીએ તેને ભરપૂર પ્રેમ કર્યો હતો અને કદાચ તેથી જ પોતાનું સર્વસ્વ તેણે હિમ્મતપૂર્વક ગોપાલને ચરણે ધરી દીધું હતું. યુવાનીના આવેગમાં થઈ ગયેલી એ ભૂલ અને ત્યાર બાદ આ જ સ્થળ પર થયેલો છેલ્લો સંવાદ...

"જુલી, મારા પપ્પા તેમની પુત્રવધૂ તરીકે એક ક્રિશ્ચિયન છોકરીને ક્યારેય અપનાવી નહીં શકે... વળી નાના ગામમાં તેમનો કર્મકાંડનો ધંધો પણ પડી ભાંગશે."

"બસ, માત્ર આ એક જ કારણ છે... મારી સાથે લગ્ન નહીં કરવાનું?" જુલીના અવાજમાં વેદના હતી અને આંખમાં આંસુ.

"જુલી, ટ્રાય ટુ અન્ડરસ્ટેન્ડ યાર... તેમણે મારા માટે ઘણો મોટો ભોગ આપ્યો છે. મને અન્યાય ન થાય તે માટે મમ્મીના અવસાન પછી તેમણે બીજાં લગ્ન પણ નહોતાં કર્યાં, બસ, માત્ર મને જ કેન્દ્રમાં રાખીને તેઓ જીવ્યા છે."

"બટ, ગોપાલ આઈ એમ પ્રેગ્નન્ટ..." જુલીએ રહસ્યસ્ફોટ કર્યો હતો.

ગોપાલે સ્હેજ પણ વિચલિત થયા વગર કહ્યું હતું... "જુલી, આપણા બે વચ્ચે જે કાંઈ થયું છે તે માત્ર અને માત્ર યુવાનીના આકર્ષણને કારણે જ થયું છે, તું એબોર્શન કરાવી લે."

"ના, ગોપાલ... આ આકર્ષણને કારણે નહિ, પરંતુ પ્રેમને કારણે

થયું છે... સામે જો પેલાં બે પારેવાં એકબીજાને કેટલો બધો પ્રેમ કરે છે?" જુલીએ પેલા ગોખલામાં એકબીજાને ચાંચ અડાડતાં પારેવાં સામે અંગુલિનિર્દેશ કરીને કહ્યું હતું.

"હા, જુલી... કદાચ તે પ્રેમ કહેવાતો હશે, પરંતુ મારા પપ્પાનાં મારા માટે જે અરમાનો છે તેની ચિતા ઊભી કરીને હું તારી સાથે રાખના સંબંધો ઊભા કરવા નથી માંગતો... બિચ્ચારા હાર્ટ પેશન્ટ છે, તે મારા તારી સાથેના લગ્નને સહન નહીં કરી શકે". ગોપાલે રડમસ અવાજે કહ્યું હતું.

જુલી સમજી ગઈ કે તેનો પ્રેમ હારી ગયો છે... એક દીકરાના તેના બાપ પ્રત્યેના પ્રેમની સામે... તેણે તરત નમતું જોખી દીધું અને એક પણ શબ્દ બોલ્યા વગર ત્યાંથી નીકળી ગઈ હતી.

ગોપાલને એમ કે આધુનિક વિચારોવાળી જુલી રસ્તો કાઢી લેશે... એબોર્શન કરાવી લેશે, પરંતુ બીજા દિવસનું છાપું વાંચીને તેણે ધરતીકંપનો આંચકો અનુભવ્યો હતો... હા, તેમાં સમાચાર હતા : એક આશાસ્પદ ક્રિશ્ચિયન છોકરીનો રહસ્યમય આપઘાત

ગોપાલ ગભરાઈ ગયો અને તરત જ હૉસ્ટેલમાંથી ગામડે પોતાના ઘેર શિફ્ટ થઈ ગયો હતો... મનમાં ખટકા સાથે... ગિલ્ટી કૉન્શિયસની ભાવના સાથે; કારણ કે જુલીની આત્મહત્યાનું પાપ તેના શિરે ચડી ગયું હતું, જે કલંક આજીવન ભૂંસી શકાય તેમ નહોતું અને ભૂલી શકાય તેમ પણ નહોતું.

એકાએક પેલા ગોખલામાં બંને પારેવાં એકબીજાને ચાંચ મારીને ઝઘડવા લાગ્યાં. ગોપાલને ગૌરીની યાદ આવી ગઈ. આજે તેણે મારેલું હડાહડ જૂઠું મહેણું યાદ આવી ગયું. તેના કાનમાં પડઘા પડી રહ્યા... 'તમે તો પુરુષમાં જ ક્યાં છો?' ગોપાલનું મન ચકરાવે ચડી ગયું... પોતાનામાં કોઈ ખામી નહોતી તે વાત ઇતિ સિદ્ધમ્ હતી, કારણ કે જુલી તેના બાળકની મા બનવાની હતી... પણ હાય રે નસીબ, આ વાત તો ગૌરીને કરાય જ કઈ રીતે? ગોપાલને લાગી રહ્યું હતું કે પોતે કરેલા પાપકર્મને કારણે જ તેને આવી ગમાર અને જિદ્દી પત્ની ભટકાઈ ગઈ

હતી. આ પાપનું જો પ્રાયશ્ચિત્ત થઈ જાય તો કદાચ ગૌરી સાથેના ગ્રહો મળવા લાગે... પરંતુ કોની સમક્ષ કરવું પ્રાયશ્ચિત્ત ?

એકાએક ગોપાલના દિમાગમાં ચમકારો થયો... એક વાર જુલીએ કહ્યું હતું : "અમારા ચર્ચમાં કન્ફેશન બૉક્સ હોય છે. તેમાં ઊભા રહીને જો ફાધર સમક્ષ સાચા દિલથી પાપની કબૂલાત કરવામાં આવે તો પાપમુક્ત થઈ શકાય છે."

"જુલી, ચર્ચમાં કોઈ પણ ધર્મનો માણસ કન્ફેશન કરી શકે ?" ગોપાલે જિજ્ઞાસાથી પૂછ્યું હતું.

"અફકોર્સ, યસ, અમારો વિશાળ ધર્મ માનવમાત્રને આવકારે છે." જુલીએ માહિતી આપી હતી.

ગોપાલ પેલાં ઝઘડતાં પારેવાંને જોવાનું છોડીને એકદમ ઊભો થઈ ગયો. તેના પગ શહેરમાં જ આવેલા ચર્ચ તરફ વળ્યા. ચર્ચમાં પ્રવેશતાં જ ગોપાલમાં જાણે કે કોઈક અલૌકિક શક્તિનો સંચાર થયો હતો. તેના ચહેરા પર મક્કમતા પ્રસરી ગઈ હતી. ચર્ચની અંદરની નીરવ શાંતિ ગોપાલના ચિત્તને ઠંડક આપી રહી હતી. ચર્ચમાં ગણ્યાંગાંઠ્યાં માણસોની જ હાજરી હતી. આડું-અવળું જોયા વગર ગોપાલ સીધો જ કન્ફેશન બૉક્સમાં પહોંચી ગયો.

ગોપાલને કન્ફેશન બૉક્સમાં જતો જોઈને ફાધર તરત જ પડદા પાછળ આવીને ઊભા રહી ગયા. નિયત વ્યવસ્થા મુજબ બંનેમાંથી કોઈ એકબીજાને જોઈ શકતું નહોતું. ગોપાલે પોતાની ઓળખ આપીને સાડા સાત વર્ષ પહેલાં જુલી સાથે થઈ ગયેલ ભૂલ બદલ પસ્તાવો વ્યક્ત કર્યો અને જુલીની આત્મહત્યા માટે પોતે જ જવાબદાર છે, તેવી હિમ્મતપૂર્વક કબૂલાત કરી. ગણતરીની ક્ષણોમાં તો ગોપાલ ઝડપથી ચર્ચની બહાર નીકળી પણ ગયો.

હવે ગોપાલ એકદમ હળવોફૂલ થઈ ગયો હતો. તેના મન અને હૃદય પરથી મોટો ભાર ઊતરી ગયો હતો. તેનો ગૌરી પરનો ગુસ્સો પણ ઊતરી ગયો હતો, કારણ કે સજ્જન અને સંસ્કારી વ્યક્તિનો ગુસ્સો લાંબો સમય સુધી ટકતો નથી હોતો.

વળતાં એસ.ટી.માં ગામડે પરત આવતી વખતે ગોપાલે મનમાં આ જ કબૂલાત ગૌરી પાસે કરવાનું પણ નક્કી કરી નાખ્યું... ભલે ને ગૌરી આખી રાત સુધી તેની સાથે ઝઘડો કરે... કમ સે કમ ગૌરીને ખાતરી તો કરાવી શકાશે કે પોતાનામાં કોઈ જ ખામી નથી. વળી બાળક ન થવા માટે માત્ર પુરુષ જ જવાબદાર હોય છે, તેવું ગૌરીનું અધકચરું જ્ઞાન પણ દૂર કરી શકાશે.

ગોપાલ ઘરે આવ્યો ત્યારે બહાર સૂર્યાસ્ત થઈ રહ્યો હતો, પરંતુ ગોપાલના મન અને હૃદયમાં ગૌરી સાથે ફરીથી ધીરજપૂર્વક અને સમજણપૂર્વક જીવવા માટેના સંકલ્પનો સૂર્યોદય થઈ રહ્યો હતો!

ઘરનો દરવાજો ખુલ્લો જ હતો. ગોપાલ ધીમે પગલે રસોડા તરફ ગયો. ગૌરી કોઈક હિન્દી ફિલ્મનું ગીત ગણગણતી હતી અને રસોઈ બનાવવામાં મશગૂલ હતી. ગોપાલને ગૌરીનો સારો મૂડ જોઈને હાશકારો થઈ ગયો. જે દંપતી ગમેતેવા મોટા ઝઘડા પછી પણ તેને મોટો ઇસ્યૂ બનાવવાને બદલે લેટ ગોની ભાવના અપનાવતા હોય છે, તેમનું લગ્નજીવન હંમેશાં ટકી જતું હોય છે. ગોપાલ ચોકડીમાં હાથ-મોં ધોઈને ફ્રેશ થઈ ગયો અને ડ્રૉઇંગરૂમમાં જ હીંચકા પર આડે પડખે થયો. તે આજે એટલો બધો થાકેલો હતો કે તેની આંખ ક્યારે મળી ગઈ તેનો અંદાજ જ ન રહ્યો. અચાનક મુખ્ય દરવાજો ખખડ્યો. ગોપાલ સફાળો બેઠો થયો અને તેણે દરવાજો ખોલ્યો તો સામે ચાલીસેક વર્ષનો છ ફૂટ હાઇટ અને પાતળા બાંધાનો એક દેખાવડો પુરુષ ઊભો હતો. તેણે સફેદ પેન્ટ-શર્ટ અને ઉપર બ્લૅક કલરનો લાંબો ઓવરકોટ પહેર્યો હતો. તેના ચહેરા પર કરડાકી હતી અને તેના બંને હાથ ઓવરકોટના ખિસ્સામાં હતા.

"આપની ઓળખાણ ન પડી..." ગોપાલ બોલ્યો.

"મિસ્ટર ગોપાલ જટાશંકર રાવલ, હું એ જ પાદરી છું, જેની સમક્ષ આજે તેં કન્ફેશન કર્યું હતું... જુલી મારી નાની બહેન હતી... હું તને નહીં છોડું." આટલું બોલીને પેલા આગંતુકે ખિસ્સામાંથી રિવૉલ્વર કાઢીને ગોપાલના કપાળ પર તાકી દીધી.

ગોપાલના હૃદયના ધબકારા વધી ગયા... તેના આખા શરીરે પરસેવો વળી ગયો. તે કાંઈ પણ બોલવા જાય તે પહેલાં પેલાએ ટ્રીગર દબાવી દીધું.

"ધડામ્" અવાજ થયો. ગોપાલ નીચે પડી ગયો... હીંચકા પરથી નીચે પડી ગયો... તેની ઊંઘ ઊડી ગઈ. આટલું ખરાબ સ્વપ્ન તેણે ક્યારેય જોયું નહોતું. ગોપાલનો પડવાનો અવાજ સાંભળીને ગૌરી રસોડામાંથી દોડી આવી.

"શું થયું ?" ગૌરીએ અબોલા તોડતાં પૂછ્યું... "તમે ગભરાયેલા કેમ લાગો છો ? તમારા કપાળ પર તો પરસેવો વળી ગયો છે." ગૌરીએ ગોપાલના કપાળ પર હાથ અડાડ્યો.

ગૌરીની વર્તણૂકમાં ગોપાલે સહાનુભૂતિ અનુભવી. તેની આંખમાં આંસુ આવી ગયાં. બંને જમવા બેઠાં ત્યારે પણ ગૌરી ગોપાલને આગ્રહ કરીને જમાડતી રહી... જાણે સવારનો ઝઘડો તો ગાયબ જ થઈ ગયો હતો. જમી લીધા બાદ ગૌરીએ લાગણીપૂર્વક ગોપાલને કહ્યું... "આજે તમારી તબિયત બરોબર નથી લાગતી માટે વેળાસર આરામ કરજો." ગૌરીના અવાજમાં લાગણીનો લહેકો હતો. ગૌરીનું બદલાયેલું વર્તન ગોપાલને ચમત્કારિક લાગી રહ્યું હતું. શું આ ખરા હૃદયપૂર્વક કરેલા કન્ફેશનનું પરિણામ તો નહોતું ને ? તેણે મનોમન જુલીવાળી વાત ગૌરીને કહેવાનું માંડી વાળ્યું.

રાત્રે મોડે મોડે ગોપાલને ઊંઘ આવી... અચાનક સ્વપ્નમાં જુલી દેખાઈ... તે કહી રહી હતી... "હા... ગોપાલ જે ફાધર સમક્ષ તેં કન્ફેશન કર્યું હતું તે મારા મોટાભાઈ હતા, પણ ચિંતા ન કરીશ, તે તને કોઈ નુકસાન નહીં પહોંચાડે, કારણ કે કોઈનું પણ કન્ફેશન અત્યંત ગોપનીય રાખવાનો ચર્ચનો નિયમ હોય છે... બદલો લેવાનું તો તેઓ વિચારશે પણ નહીં, કારણ કે જે લોકો પ્રભુમય જીવન જીવતા હોય છે તેમની ડિક્ષનેરીમાં રિવેન્જ શબ્દ હોતો જ નથી."

"જુલી, મને નવાઈ લાગે છે કે તું મને શ્રાપ આપવાને બદલે મારું ભલું કેમ ઇચ્છે છે ?"

4.

"ગોપાલ, સાચાં પ્રેમીઓ ક્યારેય એકબીજાને શ્રાપ નથી આપતાં હોતાં, હંમેશાં એકબીજાનું ભલું જ ઇચ્છતાં હોય છે... તું મારી સાથે તારા પિતાના અરમાનોની ચિતા ઊભી કરીને રાખના સંબંધો બાંધવા નહોતો માંગતો, પરંતુ તને નથી લાગતું કે મારી ચિતા ઊભી કરીને તેં ગૌરી સાથે રાખના સંબંધો જ ઊભા કર્યા છે ?"

"હા, જુલી તારી વાત સાચી છે... કાશ, મેં તારી સાથે લગ્ન કરવાની હિમ્મત કરી હોત..."

"ગોપાલ, જે સમય વીતી ગયો છે, તેનો અફસોસ કરવાને બદલે તારી પત્નીનો સ્વભાવ સાચવી લે... તેની સાથે રાખના સંબંધમાંથી ફૂલના સંબંધ કેમ ઊભા થાય તે માટે સતર્ક રહીને તેને વફાદાર રહીશ તો તારે જીવનમાં ક્યારેય કોઈ કન્ફેશન નહીં કરવું પડે, કારણ કે કોઈ પણ પત્નીની સાચી સંપત્તિ તેના પતિની તેના પ્રત્યેની વફાદારી જ હોય છે... બસ મને પ્રૉમિસ આપ કે તું તારા ભાગની વફાદારીમાંથી ક્યારેય પાછી પાની નહીં કરે... જેથી મારા અતૃપ્ત મનને શાંતિ મળે."

"હા... હું તને પ્રૉમિસ આપું છું..." ગોપાલે હાથ લંબાવ્યો.

એકાએક ઊંઘમાં ગોપાલને હાથ લાંબો કરતો જોઈને ગૌરી તેને જગાડવાનો પ્રયત્ન કરી રહી હતી.

'અભિયાન', વાર્ષિક અંક, ૨૦૧૩,
ધ ગુજરાત ટાઇમ્સ, U.S.A., તા. ૨૩-૮-૨૦૧૩

૬

ધુમ્મસ

રાત્રિના દશ વાગ્યા હતા. અમારા સામયિકનો અંક ફાઈનલ પ્રિન્ટમાં મોકલીને હું મારી કેબિનમાં રિલેક્સ મૂડમાં બેઠો હતો. મૅગેઝિનનો તંત્રી હોવાને કારણે મારું મન કાયમ નવા સનસનીખેજ સમાચારની રાહમાં જ રહેતું. છેલ્લા બે દાયકામાં અમારા મૅગેઝિને સારું એવું કાઠું કાઢ્યું હતું. સમગ્ર રાજ્યમાં લોકો રવિવારે સવારે ચાની સાથે દૈનિક અખબારની જેમ જ અમારું વીકલી વાંચતા થઈ ગયા હતા. અમારા મૅગેઝિનની આટલી પ્રચંડ લોકપ્રિયતામાં મારી કૉલમ 'ધુમ્મસ'નો પણ સિંહફાળો હતો. સત્યઘટના પર આધારિત કૉલમમાં અમે સમાજમાં બનતા વાસ્તવિક બનાવોને સરળ ભાષામાં કંડારીને વાર્તાના સ્વરૂપમાં એવી સુંદર રીતે રજૂઆત કરતા કે વાંચીને વાચકો અભિભૂત થઈ જતા હતા ! સમાજમાં અંધશ્રદ્ધા ફેલાય તેવી વાતને અમે ક્યારેય તેમાં સ્થાન આપતા નહોતા.

ઑફિસમાં હું એકલો જ હતો. પટાવાળો પણ રજા લઈને નીકળી ગયો હતો. બહાર વરસાદ ચાલુ થયો, તેથી મેં

ઊભા થઈને બારી બંધ કરી. અચાનક મારી કેબિનનો અડધો દરવાજો ખોલીને એક યુવાને સસ્મિત ચહેરે પૂછ્યું :

"મે આઈ કમ ઇન, સર ?"

"યસ, પ્લીઝ કમ ઇન" મેં પરવાનગી આપી.

ગોરો વાન, ગોળ ચહેરો, લાંબા વાળ, માપસરનું શરીરસૌષ્ઠવ અને વરસાદમાં પલળેલો ચહેરો... ખરેખર તેનું વ્યક્તિત્વ આકર્ષક હતું. બ્લૂ જીન્સ અને લાલ ટીશર્ટ તે યુવાનને શોભતાં હતાં.

મેં સામેની ખુરશી તરફ ઇશારો કર્યો એટલે તે બેઠો.

"બોલ દોસ્ત, શું કામ હતું ?" મેં તેને તુંકારે બોલાવ્યો.

મારું સંબોધન તેને આત્મીય લાગ્યું તેથી તેનો ચહેરો વધારે ખીલ્યો.

"સર, હું અમરગઢથી આવું છું. સમજણો થયો ત્યારથી આપની 'ધુમ્મસ' કૉલમ નિયમિત વાંચું છું... સર, આપ મારા વિશે લખશો ?"

મને તેની બૉડી લૅન્ગવેજ તથા વાતચીત કરવાની વિવેકી રીત પસંદ પડી. હું મનમાં જ વિચારી રહ્યો... આવા યુવાન પાસે લવસ્ટોરી સિવાય બીજું શું હોઈ શકે ?

"સર, આપ બરોબર વિચારો છો... મારી પોતાની લવસ્ટોરી લઈને જ આવ્યો છું."

મારા મનમાં ચાલતો વિચાર તેણે ઘડીના છઠ્ઠા ભાગમાં પકડી પાડ્યો, તેથી તેની સ્માર્ટનેસ પર મને માન ઊપજ્યું.

"દોસ્ત, શું નામ છે તારું ?"

"મારું નામ પરમદર્શન છે. લોકો મને પરમથી જ ઓળખે છે. જો આપ મારો કિસ્સો છાપવાનું પ્રૉમિસ આપો તો હું સંભળાવવાનું શરૂ કરું."

પ્રથમ મુલાકાતમાં જ તેણે જે રીતે મારા પર હક્ક જતાવ્યો તે મને ગમ્યું નહિ.

"જો ભાઈ પરમ, એવું કોઈ પણ પ્રકારનું હું પ્રૉમિસ ન આપી શકું. તારી કહાની સાંભળ્યા પછી જો યોગ્ય લાગશે તો જ હું તેને છાપીશ." મેં સ્પષ્ટતા કરી.

હવે તે મૂંઝાયો. અચાનક બારીની સ્ટૉપર ખૂલી જતાં મેં ઊભા

થઈને ફરીથી મારી પાછળની બારી ફીટ બંધ કરી. બહાર મુશળધાર વરસાદ વરસી રહ્યો હતો.

"સર, આપ આટલા રિલેક્સ મૂડમાં છો તેથી આપની સમક્ષ મને મારું મન હળવું કરવું ગમશે." પરમે શરણાગતિ સ્વીકારતો હોય તેમ કહ્યું.

મારા ચહેરા પર વિજયી સ્મિત રમી રહ્યું.

"સર, ગઈ સાલ જ કૉલેજ પૂરી કરી છે. છેલ્લા એક વર્ષથી નોકરીની તલાશમાં છું."

હવે પરમ અટક્યો, તેના ચહેરા પર અવઢવના ભાવ દેખાઈ રહ્યા હતા.

"જો દોસ્ત, હવે કહેવા બેઠો જ છે તો નિખાલસતાપૂર્વક વાત કરજે. તારી વાત અત્યંત ગોપનીય રહેશે, કારણ કે પાત્રોનાં નામ બદલીને જ છાપવાની અમારી પ્રથા છે... જો છાપીએ તો..." મેં જાણી જોઈને છેલ્લા શબ્દો પર ભાર આપ્યો, કારણ કે હું કોઈ પણ પ્રકારે બંધાવા માંગતો નહોતો.

"સર, મારા ગામની દરબારની એક છોકરી મારી પાછળ પાગલ છે."

"અને તું તેની પાછળ પાગલ છે, એમ જ ને?" મેં તેને વચ્ચે જ અટકાવ્યો.

"ના, સર, હું તેની ભાભી પાછળ પાગલ છું."

મને લાગ્યું કે કહાનીમાં ટ્વીસ્ટ આવ્યો.

"જો દોસ્ત, પરણેલી સ્ત્રી સાથે પ્રેમ ન હોઈ શકે."

"સર, પરણી તો એ પછી પરંતુ તે પહેલાં અમે એકબીજાને પસંદ કરતાં હતાં... લગ્ન પણ કરવા માંગતાં હતાં, પરંતુ..."

"પરંતુ શું?"

"અમારા ગામમાં દરબારની દીકરી બ્રાહ્મણના દીકરાને ન પરણે. વળી તેના વડીલો સામે બગાવત કરવાની રાજેશ્વરીમાં હિમ્મત નહોતી."

"તો તેનું નામ રાજેશ્વરી છે?"

"હા, સર, રાજેશ્વરીનાં લગ્ન અમારા જ ગામના દરબારના દીકરા વનરાજ સાથે થઈ ગયાં અને ભગ્ન હૃદયે હું તેની શરણાઈના સૂર અને લગ્નના માંડવાનો સાક્ષી હતો."

"પરમ, તારા કહેવા પ્રમાણે વનરાજની બહેન તને પસંદ કરે છે."

"હા... સર, તેનું નામ રંભા છે, વાસ્તવમાં રાજેશ્વરીની નજીક જઈ શકાય તે માટે જ મેં તેને પટાવી હતી."

"દોસ્ત, ફરીથી કહું છું, રાજેશ્વરી હવે પરણી ગઈ છે, અને પરણેલી સ્ત્રીની નજીક જવાની કોશિશ પણ ન કરવી જોઈએ. ભલેને તે એક જમાનાની તારી પ્રેમિકા કેમ ન હોય ?" મેં તેને દિલથી સલાહ આપી.

"સર, રાજેશ્વરીને મારી જરૂર હોય તો ?"

"એ કઈ રીતે ?"

"સર, રાજેશ્વરીનો પતિ વનરાજ પુરુષમાં જ નથી." પરમે ધડાકો કર્યો. હવે મને વાતમાં રસ પડ્યો.

"હા... સર, વનરાજે લગ્નની પહેલી રાત્રે જ રાજેશ્વરીને કહી દીધું હતું કે મારે તો લગ્ન કરવાં જ નહોતાં, પરંતુ વડીલોએ મને પરાણે પાટલે બેસાડી દીધો... હું તારો ગુનેગાર છું."

પરમ શ્વાસ ખાવા માટે રોકાયો. તેની આંખોમાં મારા પ્રત્યેનો વિશ્વાસ ડોકાઈ રહ્યો હતો.

"સર, લગ્નને બે વર્ષ પૂરાં થયાં ત્યારે રાજેશ્વરીના સાસરીવાળાં બાળક માટે ઉતાવળાં થયાં. પરિણામે રાજેશ્વરીએ મારી મદદ માંગી હતી."

"તેં મદદ કરી ?" મારાથી અનાયાસે જ પુછાઈ ગયું.

"હા... સર, માત્ર એક વાર અને અત્યારે તેને સારા દિવસો જાય છે." પરમનો ચહેરો શરમથી રતુંબડો થઈ ગયો.

"ઓહ... તો હવે ?"

"હવે સર, હું રાજેશ્વરી વગર રહી શકું તેમ નથી, જ્યારે તે તેના ભોળા પતિને અંધારામાં રાખીને મારી સાથે સંબંધ રાખવા માંગતી નથી... અમારી એક ભૂલને તેના પતિ વનરાજે પણ માફ કરી દીધી છે... કારણ કે રાજેશ્વરી મા બનશે એટલે વનરાજની મર્દાનગી સમાજમાં આપોઆપ સાબિત થઈ જશે."

હું વિચારમાં પડી ગયો... "તો પરમ, તું શું કરવા ધારે છે ?"

"સર, મારી પાસે એક જ રસ્તો બચ્યો છે. જો હું રાજેશ્વરીની નણંદ રંભાને અપનાવી લઉં તો રાજેશ્વરી સુધી પહોંચવાનો રાજમાર્ગ

આપોઆપ ખૂલી જાય, કારણ કે રંભામાં તેના વડીલો સામે બગાવત કરવાની હિમ્મત છે, જે રાજેશ્વરીમાં નહોતી."

"દોસ્ત... મારી દષ્ટિએ આ રસ્તો યોગ્ય નથી. રાજેશ્વરી સાથે તું હવે સંબંધ રાખે તે પ્રેમ નહિ, પરંતુ વ્યભિચાર જ કહેવાય અને સાચો પ્રેમ ક્યારેય વ્યભિચારનો મોહતાજ હોતો નથી." મેં વડીલની અદાથી કહ્યું.

"સર, મારી દશા દુર્યોધન જેવી છે. હું જાણું છું કે આ રસ્તો અધર્મનો છે, છતાં મારું મન વારંવાર તે જ રસ્તે દોડવા માટે અધીરું બની જાય છે. હું ખરેખર મૂંઝાયો છું." પરમે ફિલસૂફની અદાથી કહ્યું.

"પરમ, રાજેશ્વરીના પરિવારથી તું દૂર ચાલ્યો જા... શક્ય હોય તો ગામ જ છોડી દે... તને જો મારી આ સલાહ યોગ્ય ન લાગતી હોય તો તારો સમગ્ર કિસ્સો છાપીને હું નીચે પ્રશ્નાર્થ મૂકીશ કે હવે પરમે શું કરવું જોઈએ?"

મારો આઇડિયા પરમને પસંદ પડી ગયો. તેના ચહેરા પર ચમક આવી ગઈ.

"હા... સર, બહુમતી કહેશે તેમ હું કરીશ."

"પ્રૉમિસ?" મેં મારો હાથ લંબાવ્યો.

"જૅન્ટલમૅન પ્રૉમિસ." તેણે તેનો જમણો હાથ ઉત્સાહથી મારા હાથમાં મૂકી દીધો.

પરમ રવાના થયો પછી બીજા જ અંકમાં તેનો સમગ્ર કિસ્સો પાત્રોનાં નામ બદલીને સુંદર વાર્તાના સ્વરૂપમાં 'ધુમ્મસ' કૉલમમાં છાપ્યો, જેને વાચકો તરફથી મારી કલ્પના બહારનો રિસ્પોન્સ મળ્યો. અઢળક પત્રો અને ઇમેઈલ્સ અમને મળ્યા હતા. દરેકનો લગભગ એક જ સૂર હતો કે પરમે રાજેશ્વરીને ભૂલીને તે પરિવારથી દૂર ચાલ્યા જવું જોઈએ. રાજેશ્વરીની નણંદને પણ ન અપનાવવી જોઈએ, કારણ કે તે રસ્તો પણ આગની નજીક જ લઈ જાય છે.

મેં પરમને ફોન કરીને મારી ઑફિસે બોલાવ્યો. બીજે દિવસે પરમ આવી પહોંચ્યો. મેં તેને મારા કમ્પ્યુટરમાં આવેલ ઇમેઈલ્સ તથા મારા ટેબલ પર રાખેલા ઢગલાબંધ પત્રો બતાવ્યા. પરમે શાંતિથી બધું

ધ્યાનપૂર્વક જોયું. પછી તેની આંખમાં આંસુ તગતગ્યાં... "સર, હું મારું પ્રૉમિસ પાળીશ... રાજેશ્વરીને કાયમ માટે ભૂલી જઈશ."

પરમ ઊભો થયો એટલે મેં તેનો હાથ પકડી લીધો. તે ચમક્યો. મેં તેને બેસવાનો ઇશારો કર્યો. તે બેસી પડ્યો.

"પરમ, કૉન્ગ્રેચ્યુલેશન્સ ફોર વેરી ગુડ એક્ટિંગ." મેં ધડાકો કર્યો.

"સર..." તે કાંઈ બોલી ન શક્યો.

"પરમ, તારા અને રાજેશ્વરીના લગ્નની કંકોતરી મને આપીશ ને ?" મેં બીજો ધડાકો કર્યો.

"સર... સર... સર..." પરમ ખસિયાણો પડી ગયો. તેના ચહેરા પર ભોંઠપની લાગણી સ્પષ્ટપણે દેખાઈ રહી હતી, કારણ કે મેં તેની ઉપજાવી કાઢેલી વાર્તાનો પર્દાફાશ કરી નાખ્યો હતો.

મેં બેલ મારીને પટાવાળા પાસે પાણી મંગાવ્યું.

પરમ પાણી પીધા પછી સ્વસ્થ થયો અને તેનો અવાજ ખૂલ્યો.

"સર, આઈ એમ એક્સ્ટ્રીમલી સૉરી, આપની પાસે મનઘડંત સ્ટોરી લઈને આવવા બદલ... એક્ચ્યુઅલ્લી રાજેશ્વરી આપની 'ધુમ્મસ' કૉલમની બહુ મોટી ફેન છે. એક વાર મારાથી મજાકમાં કહેવાઈ ગયું કે આ કૉલમમાં હું મારા અભિનયના જોરે ગમે તેવી મનઘડંત વાર્તા છાપવા માટે આપને મજબૂર કરી શકું તેમ છું."

"પછી ?"

"પછી શું... રાજેશ્વરીએ તો મને પડકાર ફેંક્યો કે બસ બોલ્યો જ છો તો કરી બતાવ... અને મેં પણ ચૅલેન્જ ઉપાડી લીધી; કારણ કે સર... આપ તો જાણો જ છો કે પ્રેમની અવસ્થામાં તો માણસ કાંઈ પણ કરવા માટે તૈયાર થઈ જતો હોય છે." પરમે વિવેકપૂર્વક પોતાનો બચાવ કરતાં કહ્યું.

"પરમ, તો-તો તું ખૂબ જ ખુશ હોઈશ, કારણ કે તને તેમ કરવામાં સફળતા મળી છે."

પરમ નીચું જોઈ ગયો.

"સર, હું ફરીથી આપની માફી માંગું છું... પરંતુ આપે કેવી રીતે પકડી પાડ્યું કે મારો કિસ્સો મનઘડંત અને ઉપજાવી કાઢેલો છે ?"

"દોસ્ત, ધુમ્મસ કૉલમમાં મેં ક્યારેય સાવ કાલ્પનિક વાતને સ્થાન આપ્યું નથી. તારા ગયા પછી અમરગઢમાં મેં મારાં ચક્રો ગતિમાન કરીને જાણી લીધું હતું કે તું અને રાજેશ્વરી પ્રેમમાં છો, બંનેના વડીલો તમારા લગ્ન માટે તૈયાર છે. સ્વાભાવિક રીતે જ રાજેશ્વરીના પિતા, એવું ઇચ્છે છે કે તેમનો ભાવિ જમાઈ બેકાર તો ન જ હોવો જોઈએ."

"સર, આપની પાસે સોળઆના સાચી માહિતી છે... જો આપ જાણી જ ગયા હતા કે આખો કિસ્સો ઉપજાવી કાઢેલો છે તો પછી તેને 'ધુમ્મસ'માં શા માટે સ્થાન આપ્યું?" પરમે મુદ્દાનો પ્રશ્ન કર્યો.

"હા, તેને મેં અપવાદરૂપે જ છાપ્યો હતો. પરમ, બીજી વાત એ કે તારી કલ્પનાશક્તિ અને સંવેદનશીલતાને હું દાદ આપું છું, જેની કદરરૂપે તને મારા સામયિકમાં નોકરીની ઓફર કરું છું."

"સર, થેન્ક યૂ વેરી મચ" પરમ મારા પગમાં પડી ગયો.

ચા પીધા પછી આનંદપૂર્વક પરમે બીજા જ દિવસથી ડ્યૂટી જોઈન કરવાનું જણાવીને મારી રજા લીધી.

પરમના ગયા પછી મેં મારા ટેબલમાંથી બે દાયકા પહેલાંનો ઝાકળનો ફોટો કાઢ્યો... જેની યાદમાં મેં આજીવન કુંવારા રહેવાનું પસંદ કર્યું હતું. મારી આંખમાં આંસુ તગતગ્યાં.

જોગાનુજોગ પરમે કહેલી મનઘડંત વાર્તા મારી અને ઝાકળની એક જમાનાની પ્રેમકહાની હતી. ઝાકળ પણ તેના ભોળા ભરથારને અંધારામાં રાખીને મારી સાથે સંબંધ રાખવા માંગતી નહોતી. મેં પણ તેની નણંદને અપનાવવાને બદલે આખરે તે શહેરને જ કાયમ માટે અલવિદા કરી દીધી હતી.

આમ 'ધુમ્મસ'માં છપાયેલી આ વાર્તા પણ સત્યઘટના પર જ આધારિત હતી! આજે પણ હું ઝાકળને ભૂલી નથી શક્યો... તેની યાદમાં જ મારી કૉલમનું નામ 'ધુમ્મસ' રાખ્યું છે, કારણ કે દુનિયા જાણે છે કે 'ધુમ્મસ'ને અને ઝાકળને ગાઢ સંબંધ હોય છે!

'અભિયાન'
વાર્ષિક અંક, ૨૦૧૪

૭

આશિયાના

આજે શ્રવણ માટે અત્યંત આનંદનો દિવસ હતો. દસ વર્ષે તેને સરકારી નોકરીમાં સિનિયર ક્લાર્કનું પ્રમોશન મળ્યું હતું. જોકે પોસ્ટિંગ અમદાવાદ સાંભળીને તેનું હૃદય એક ધબકારો ચૂકી ગયું હતું. ઑફિસમાં સૌએ તેને સધિયારો આપ્યો હતો કે પ્રમોશન તો લઈ જ લેવું જોઈએ. વર્ષે બે વર્ષે રિક્વેસ્ટ ટ્રાન્સફરમાં સુરત પરત આવી શકાશે.

જોઇનિંગ ટાઇમ ઍન્જોય કરીને શ્રવણ અમદાવાદની કચેરીમાં હાજર થયો ત્યારે તેને સૌપ્રથમ કામ વસ્તીગણતરીનું સોંપવામાં આવ્યું... અને તે પણ નવરંગપુરા જેવા પોશ વિસ્તારમાં. પાંચેક દિવસ ઉત્સાહપૂર્વક ફરજ બજાવ્યા બાદ આજે શ્રવણની નજર કેટલાંય ઘટાદાર વૃક્ષ પાછળ આવેલા એક બંગલા પર પડી. બંગલાના ગેટની બહાર “આશિયાના”ની આરસની તકતી ચમકતી હતી. બાજુમાં વૉચમૅનનો રૂમ હતો. શ્રવણે વૉચમૅનને પોતાનું આઇડેન્ટિટી કાર્ડ બતાવીને પોતાની મુલાકાતનું પ્રયોજન જણાવ્યું. વૉચમૅને તરત “આશિયાના”નો તોતિંગ દરવાજો ખોલી આપ્યો. ગેટની અંદર

પ્રવેશ્યા બાદ વિશાળ બગીચો જોઈને શ્રવણ આભો બની ગયો. બગીચામાં પાણીના ફુવારાની પાછળના ભાગમાં કલાત્મક હીંચકા પર એક મેડમ ઝૂલી રહ્યાં હતાં. ફુવારામાંથી ઊડતા પાણીને કારણે બપોરના સમયે પણ ગજબની ઠંડક મહેસૂસ થતી હતી. ધીમા પગલે ચાલતો શ્રવણ થોડો આગળ વધ્યો ત્યાં તો સ્વાતિને હીંચકે ઝૂલતી જોઈને તે ચમક્યો. તેના હાથમાંથી સરકારી ફાઈલ પડતાં-પડતાં રહી ગઈ. પાછા વળી જવું કે પરિસ્થિતિનો સામનો કરવો તેની અવઢવમાં શ્રવણ ઊભો રહી ગયો. જોકે હજુ સ્વાતિની નજર તેના પર નહોતી પડી, પરંતુ સ્વાતિને જોતાંની સાથે જ શ્રવણ ફ્લેશબેકમાં સરી પડ્યો.

દશ વર્ષ પહેલાંનો તેમનો છેલ્લો સંવાદ શ્રવણને અક્ષરશ: યાદ હતો.

"સ્વાતિ, આજે તું મને છોડીને ભલે જતી રહે, પરંતુ ક્યારેક તો તને ચોક્કસ પસ્તાવો થશે."

"એવું ક્યારેય નહીં બને, શ્રવણ" સ્વાતિએ મક્કમતાથી કહ્યું હતું.

"સ્વાતિ, આપણે લગભગ એકાદ વર્ષ સાથે ફર્યાં, એકબીજાના હાથમાં હાથ રાખીને ફિલ્મો જોઈ, ઘણીબધી અંગત વાતો એકબીજાને શેર કરી તેનું કોઈ મહત્ત્વ જ નહીં ?"

"મહત્ત્વ છે, એટલે તો તને ગુડબાય કહી રહી છું, શ્રવણ."

"હું સમજ્યો નહીં સ્વાતિ !" શ્રવણ ગળગળો થઈ ગયો હતો.

"શ્રવણ, તેં તારી અંગત વાતો શેર કરી એટલે તો મને ખ્યાલ આવ્યો કે તારાથી મોટા ત્રણેય ભાઈઓ તને અને તારી વૃદ્ધ મમ્મીને છોડીને તેમના પરિવાર સાથે અલગ રહેવા જતા રહ્યા છે. હવે મમ્મીની જવાબદારી તારા પર આવી છે, જે નિભાવવા માટે તું મરણિયો થયો છે."

"સ્વાતિ, મેં તો માત્ર એટલું જ કહ્યું હતું કે પપ્પાના અવસાન પછી મોટા ત્રણેય ભાઈઓ જે રીતે જવાબદારીનું શિફ્ટિંગ કરીને છટકી ગયા છે, તેવું હું ક્યારેય ન કરું. વળી ઘરમાં સૌથી નાનો હું જ છું તેથી મારે તો મમ્મીને સાચવવાનાં જ હોય ને ?"

સ્વાતિ શ્રવણની વાત ધ્યાનપૂર્વક સાંભળી રહી.

"સ્વાતિ, તું જો એમ માનતી હોય કે લગ્ન પછી હું માવડિયો

સાબિત થઈશ, તો તે તારી ભૂલ છે, કારણ કે એટલું તો હું પણ સમજું છું કે દરેક પરિણીત પુરુષના જીવનમાં પત્નીનું સ્થાન પત્નીની જગ્યાએ હોય છે અને માતાનું સ્થાન માતાની જગ્યાએ હોય છે. મારી ફરજમાં તો માત્ર એટલું જ ધ્યાન રાખવાનું આવે કે બંનેમાંથી એકેયને અન્યાય ન થાય." શ્રવણ વધારે ગળગળો થઈ ગયો.

"શ્રવણ, તું હજુ મારી પૂરી વાત સમજ્યો જ નથી. એટલું તો હું પણ સમજું છું કે દુનિયાના દરેક દીકરાને તેની મા પ્રત્યે હંમેશાં સૉફ્ટકોર્નર હોય છે... જેનો મને વાંધો પણ નથી."

"તો પછી વાંધો શો છે સ્વાતિ ?"

"શ્રવણ, મને તારા અતિસંતોષી સ્વભાવ સામે વાંધો છે. આજે તને સામાન્ય ક્લાર્કની નોકરીનો ઑર્ડર મળ્યો છે તેમાં તો તું લોટરી લાગી હોય તેટલો ખુશ છે."

"સ્વાતિ, મિડલક્લાસના માણસનું સરકારી નોકરી મેળવવાનું હંમેશાં સ્વપ્ન હોય છે."

"શ્રવણ, મિડલક્લાસના માણસનાં સ્વપ્નો પણ મિડલક્લાસ જેવાં જ હોય છે."

"હું સમજ્યો નહીં, સ્વાતિ."

"જવા દે વાત... તને નહીં સમજાય." સ્વાતિએ મોઢું ચઢાવીને કહ્યું.

"ના સ્વાતિ... આજે કોઈ વાત જવા દેવી નથી. કરી નાખ, તને મારા સમ."

શ્રવણે સ્વાતિના બંને હાથ પકડીને તેની આંખમાં જોયું.

"શ્રવણ, મારા પપ્પાએ આખી જિંદગી સરકારી નોકરી જ કરી હતી. આખર તારીખે કાયમ ઘરમાં પૈસાની ખેંચ જ હોય. નોકરિયાત માણસ ક્યારેય કરોડપતિ થઈ શકતો નથી. લોન લઈને ઘર બનાવે, બાળકોને ભણાવે અને પછી તેમના લગ્નપ્રસંગો કાઢે ત્યાં તો તે ટાયર્ડ થઈને રિટાયર થઈ જતો હોય છે."

"તો તું કહેવા શું માંગે છે ?" શ્રવણ બરોબરનો અકળાયો હતો.

"શ્રવણ, બે રૂમના મકાનની બારીમાંથી ચાંદ જોઈને રોમાન્સ કરવાનું

માત્ર હિન્દી ફિલ્મોમાં જ શક્ય છે. વાસ્તવિક જિંદગીમાં પ્રેમ કરવા માટે પણ વિશાળ બંગલો જોઈએ... અઢળક ધન જોઈએ."

"પણ સ્વાતિ, આપણે બંને નોકરી કરી શકીએ ને ?"

"તેથી શું ? નોકરી તો નોકરી. કરી... કરીને નો... કરી. તે બિઝનેસની તોલે તો ક્યારેય આવે જ નહિ. વળી મારાં જે સ્વપ્નો છે... પ્લેનમાં ફરવાનાં... વર્લ્ડટૂર કરવાનાં... અઢળક શોપિંગ કરવાનાં... આ બધાં માટે તો આપણે બંને નોકરી કરીએ તોપણ ઓછું જ પડે."

"સ્વાતિ, એક વાત ધ્યાન રાખજે કે દરેક સ્વપ્નની એક કિંમત હોય છે."

"શ્રવણ, મારાં સ્વપ્નો સાકાર કરવા માટે હું કોઈ પણ કિંમત ચૂકવવા તૈયાર છું... બસ, તું મોટો બિઝનેસમૅન થવાનું સ્વપ્ન જો."

"સ્વાતિ... સૉરી ટુ સે... જે સ્વપ્નો સાકાર ન થઈ શકે તેમ હોય તેવાં સ્વપ્નો જોવાની મને આદત નથી, વળી તારા વિચારો જોતાં તારે તો કોઈ ઇન્ડસ્ટ્રિયાલિસ્ટને પરણવું પડશે."

"હા... શ્રવણ, એવો ઇન્ડસ્ટ્રિયાલિસ્ટ, જેની પાસે વિશાળ બંગલો હોય... બંગલામાં ગાર્ડન હોય અને ગાર્ડનમાં કલાત્મક હીંચકો હોય, જેના પર બેસીને બસ હું ઝૂલ્યા જ કરું... ઝૂલ્યા જ કરું." સ્વાતિ આંખ બંધ કરીને ખોવાઈ ગઈ હતી.

જોકે અત્યારે તો સ્વાતિને કલાત્મક હીંચકે ઝૂલતી જોઈને શ્રવણ ખોવાઈ ગયો હતો. સ્વાતિનું ધ્યાન શ્રવણ પર પડ્યું એટલે તેણે તરત હીંચકો ઊભો રાખ્યો. સ્વાતિ હીંચકા પરથી ઊતરીને એકદમ નજીક આવી એટલે શ્રવણ તરત જ વર્તમાનમાં આવી ગયો.

"વેલકમ શ્રવણ... આવ, અંદર બેસીએ."

સ્વાતિની પાછળ શ્રવણ બંગલાના ડ્રૉઇંગરૂમ તરફ દોરવાયો. વિશાળ ડ્રૉઇંગરૂમમાં વૉલ ટુ વૉલ પથરાયેલી લાલ જાજમ, ત્રણ મોટા ગોળાકાર સોફાસેટ, અતિ મોંઘા ઇમ્પોર્ટેડ કાચનાં ઝુમ્મર, લેટેસ્ટ ડિઝાઇનનું ફર્નિચર, કાચના પાર્ટિશન તથા દીવાલ પર લગાવેલાં કલાત્મક પોસ્ટર્સ-બંગલામાં રહેનારની જાહોજલાલીનું પ્રદર્શન કરતાં હતાં.

નોકર ટ્રેમાં ઠંડું પાણી આપીને જતો રહ્યો. સ્વાતિ શ્રવણની બરોબર સામે બેઠી.

"સ્વાતિ, હું વસ્તીગણતરીના કામે આવ્યો છું."

"વાહ, સરકારી કામે આવ્યો છે. સરકારી કર્મચારીને તેની ડ્યૂટીમાં મદદ કરવાની કોઈ પણ ભારતીય નાગરિકની ફરજ છે."

"એક્ઝેક્ટલી, સ્વાતિ."

શ્રવણે ફોર્મ કાઢ્યું. અને સ્વાતિને પૂછીને કૉલમ ભરવાનું શરૂ કરી દીધું. કુટુંબની વિગતમાં સ્વાતિના દીકરાની ઉંમર ૧૬ વર્ષ સાંભળીને શ્રવણને આંચકો લાગ્યો. ફોર્મ ભરતાં-ભરતાં તેના હાથ થંભી ગયા. તેણે સ્વાતિની સામે જોયું.

"હા. શ્રવણ મેં એક બાળકવાળા વિધુર સાથે લગ્ન કર્યાં છે. ચિરાગ પંચગીની હૉસ્ટેલમાં ભણે છે." ફોર્મ ભરતાં-ભરતાં શ્રવણને એટલો તો ખ્યાલ આવી ગયો કે સ્વાતિનો પતિ અનુપમ તેના કરતાં વીસ વર્ષ મોટો છે, અને બંનેને કોઈ બાળક નથી.

નોકર કાચના ઇમ્પોર્ટેડ ગ્લાસમાં બદામનું શરબત મૂકી ગયો. શરબત પીતાંપીતાં શ્રવણે સ્વાતિની સામે જોયું. સ્વાતિએ નજર ફેરવી લીધી.

શ્રવણે હિમ્મત કરીને પૂછી નાખ્યું... "સ્વાતિ, સુખી તો છે ને ?"

"હા... ખૂબ જ સુખી છું. અનુપમનો કારોબાર દશ-બાર કન્ટ્રીમાં ફેલાયેલો છે. તેનો એક પગ ઇન્ડિયામાં અને બીજો પગ વિદેશમાં હોય છે."

શ્રવણ બારીકાઈથી સ્વાતિના ચહેરાનું નિરીક્ષણ કરી રહ્યો.

"શ્રવણ, તેં તો સરકારી ફોર્મ ભરતાં-ભરતાં મારા પરિવાર વિશે તમામ માહિતી મેળવી લીધી. કાંઈક તારી વાત તો કર."

"નોકરિયાત પાસે શું વાત હોય, સ્વાતિ? કરી... કરી... ને... નો... કરી."

"પ્લીઝ, શ્રવણ... મને મહેણું ન માર."

"તો સાંભળ સ્વાતિ. આપણા બ્રેક અપ બાદ મેં અનાથ આશ્રમમાં

મોટી થયેલી ઉષ્મા સાથે લગ્ન કર્યાં છે. ઉષ્માના પ્રેમની ઉષ્માથી હું ટકી ગયો છું. અમારા બે રૂમના મકાનની બારીમાંથી ચાંદ દેખાય છે, જેને જોવામાં અમે આખી દુનિયા ભૂલીને તલ્લીન થઈ જઈએ છીએ... બિલકુલ હિન્દી ફિલ્મોની જેમ રોમાન્સ કરી લઈએ છીએ, અમારે પાંચ વર્ષનો દીકરો પણ છે. સરકારી નોકરી હોવાને કારણે ઉપલી આવક મેળવવાના ઘણા સ્કોપ છે, પરંતુ ઉષ્માના સંતોષી સ્વભાવને કારણે નીતિ પ્રમાણે જ ચાલવાનો મારો સિદ્ધાંત જળવાઈ રહ્યો છે."

"પણ શ્રવણ અત્યારની મોંઘવારીમાં આખર તારીખમાં..."

"હા... સ્વાતિ, આજે પણ તારું એ અનુમાન સાચું જ છે. આખર તારીખમાં પૈસાની ખેંચ દરેક નોકરિયાત ભોગવતો જ હોય છે... હું પણ ભોગવું છું... પરંતુ..."

"પરંતુ શું?"

"સ્વાતિ, તને ખોટું લાગશે... જવા દે એ વાત."

"ના, નહીં ખોટું લાગે શ્રવણ, આજે કોઈ વાત જવા દેવી નથી, તને મારા સમ." સ્વાતિથી અનાયાસે જ બોલાઈ ગયું.

"તો સાંભળ સ્વાતિ, તેં લખાવ્યા મુજબ તારાં એક પગે અપંગ સાસુ ગામડે એકલાં જ રહે છે."

"હા, મેં બિલકુલ સાચી વિગત લખાવી છે."

"સ્વાતિ, ભલે આખર તારીખમાં હું પૈસાની ખેંચ ભોગવતો હોઉં પણ તારા કરોડપતિ પતિ કરતાં હું વધારે ધનવાન છું."

"કઈ રીતે?"

"કારણ કે મારી સાથે મારી મા છે... મારા બે રૂમના 'આશિયાનામાં."

સ્વાતિ ચૂપ થઈ ગઈ હતી, તેની પાસે શબ્દો ખૂટી પડ્યા હતા. તે સમજી ગઈ કે શ્રવણ સાચા અર્થમાં શ્રવણ સાબિત થયો હતો.

બંને વચ્ચે મૌન પથરાઈ ગયું. ત્યાં જ બંગલાના પાર્કિંગમાં હૉર્ન મારતી એક મોંઘી કાર પ્રવેશી. શ્રવણે બારીની બહાર જોયું તો ડ્રાઇવર કારનો પાછળનો દરવાજો ખોલી રહ્યો હતો. જેમાંથી બ્લૅક સૂટ પહેરેલો ટાલવાળો અનુપમ લથડિયાં ખાતો ઊતરી રહ્યો હતો. અનુપમ બંગલાના

ડ્રૉઇંગરૂમમાં પ્રવેશ્યો ત્યારે તેનો જમણો હાથ પકડીને ટૂંકાં વસ્ત્રો પહેરેલી એક વિદેશી ગોરી છોકરી પણ તેની સાથે હતી.

અનુપમનું ધ્યાન શ્રવણ પર પડ્યું એટલે તેણે ડગમગતા પગને સ્થિર કરવાનો પ્રયત્ન કરતાં-કરતાં પોતાનો હાથ શ્રવણ તરફ લંબાવ્યો.

"હેલ્લો યંગમૅન, હુ આર યુ ?"

"સર, આઈ એમ ફ્રોમ ગવર્નમેન્ટ ડિપાર્ટમેન્ટ ફોર સેન્સસ." શ્રવણે ઊભા થઈને અનુપમ સાથે હેન્ડશેઈક કરતાં કહ્યું.

"ફાઈન, અમારા ઘરમાં આજથી જ એક નવા મેમ્બરનું આગમન થયું છે... યસ્સ, ધીસ બ્યુટીફુલ ગર્લ... મોનાલિસા... પ્લીઝ નોટ ડાઉન હર નેઇમ."

અનુપમે દારૂના નશામાં અટ્ટહાસ્ય કર્યું. ડ્રૉઇંગરૂમનાં મોંઘાં ઝુમ્મરો વચ્ચે તેના અટ્ટહાસ્યના પડઘા અથડાતા રહ્યા. જેના અવાજમાં સ્વાતિની વેદના દબાઈ ગઈ હતી. સ્વાતિના ચહેરાના હાવભાવ પરથી એટલું તો સ્પષ્ટ રીતે ફલિત થતું હતું કે તેના પરિવારમાં આવા બનાવો તો તદ્દન સામાન્ય હતા. શ્રવણ ઝડપથી ડ્રૉઇંગરૂમની બહાર નીકળી ગયો. બંગલાના તોતિંગ દરવાજા પાસે પહોંચીને તેણે પાછા વળીને જોયું તો ઉપરના માળે આવેલ બાલ્કનીમાં ભરાઈને બેઠેલાં કબૂતરોને સ્વાતિ ઉડાડી રહી હતી... જે ફરી-ફરીને પાછાં ત્યાં જ આવીને બેસી જતાં હતાં !

હા... તે નિર્દોષ પંખીઓએ પણ "આશિયાના"નું બંધન સ્વૈચ્છિક રીતે જ સ્વીકારી લીધું હતું... બિલકુલ સ્વાતિની જેમ જ !

દિવ્ય ભાસ્કર'

તા. ૨-૨-૨૦૧૪

૮

સાક્ષાત્કાર

નંદલાલ મહાદેવના મંદિરના ઓટલે બેઠો હતો. દરરોજ સાંજે ઑફિસેથી ઘરે જતા રસ્તામાં આવતા આ મંદિરે બેસવાનો તેનો નિત્યક્રમ હતો. ગરીબી હંમેશાં માણસનો ઈશ્વર સાથેનો સંબંધ પ્રસ્થાપિત કરી દેતી હોય છે ! આ મંદિરે સવારે જ પૂજારી આવતા અને સાફ-સફાઈ, આરતી વગેરે કરીને જતા રહેતા. પરિણામે સવારે જ માણસોની વધારે અવરજવર રહેતી. સાંજે કાયમ ભગવાન એકલા જ હોય ત્યારે નંદલાલ ભગવાન સાથે એકતરફી વાર્તાલાપ કરતો અને દિવસભરના બનાવોની વાત ભગવાન સાથે કરીને પછી જ ઘરે જતો... નંદલાલનો આત્મા શુદ્ધ હતો. તેથી જ તે ભગવાન સાથેના એકતરફી વાર્તાલાપ દરમિયાન પોતાનું દુઃખ હળવું કરી લેતો.

જોકે આજની વાત થોડી જુદી હતી, કારણ કે નંદલાલ ભગવાન પર રોષે ભરાયો હતો... હા... ભક્ત ભગવાન પર કોપાયમાન થયા હતા !

બેતાલીસ વર્ષની ઉંમરે હવે નંદલાલ પૈસા માટે સંઘર્ષ કરી-કરીને થાકી ગયો હતો... હારી ગયો હતો... ટૂંકી આવકને

કારણે મોંઘવારીની આર્થિક ભીંસે તેને અજગરની જેમ ભરડો લઈ લીધો હતો! વળી આજના ઑફિસમાં બનેલ બનાવને કારણે તે નાસીપાસ થઈ રહ્યો હતો. હા... આજે ઑફિસમાં પચાસ હજારની કેશનો હિસાબ નહોતો મળ્યો, તેથી શેઠે તેને ધમકાવ્યો હતો...

"જો નંદલાલ, સાચું બોલી દે... પચાસ હજાર કેશમાં ઓછા કેમ છે?"

"શેઠ સાહેબ, મને ખરેખર ખબર નથી. દરરોજના પાંચ-છ લાખની કેશની લેવડદેવડ આપણે ત્યાં હોય જ છે, હજુ સુધી એક રૂપિયાની પણ ભૂલ મારાથી થઈ નથી."

"તો... પછી આજે આવડી મોટી રકમની ભૂલ કઈ રીતે થઈ?" શેઠનો અવાજ ગુસ્સાથી તરડાઈ ગયો હતો.

"તમે મારી પ્રામાણિકતા પર શક કરો છો?"

"શક પડે તેવું જ છે ને?" શેઠે કહ્યું... "હજુ ત્રણ દિવસ પહેલાં જ તેં તારા દીકરાના ઑપરેશન માટે ચાલીસ હજારની લોન માગી હતી."

"પણ તે તો આપે ના પાડી પછી હાલમાં ઑપરેશન કરાવવાનું જ માંડી વાળ્યું છે."

"પણ હું ના પાડું જ ને? અત્યારે જ તારા હાથમાં અગાઉ લીધેલ લોનના હપતા બાદ કર્યા પછી માત્ર ચાર હજાર રૂપિયા પગાર પેટે આવે છે.. પછી ખાશો શું?"

નંદલાલ વિચારે ચઢી ગયો... શેઠની વાત તો સાવ સાચી હતી. અત્યારે ઘરમાં ખાવાનાં ફાંફાં જ હતાં. મોટા ભાગે રાત્રે બાળકોને લૂખું-સૂખું જમાડીને તેને અને રાધિકાને ભૂખ્યાં જ સૂવાનો વારો આવતો હતો! બે દીકરીઓનો સ્કૂલનો ખર્ચ અને સૌથી નાનો બારેક વર્ષનો દીપક જે પોલિયોને કારણે બંને પગે અપંગ હતો... જેના ઑપરેશનની જ વાત હતી.

પોતાનાં લગ્ન થયાં તે જ વર્ષમાં બા અને બાપુજીનું અવસાન થયું હતું. બાપુજીની જે થોડીઘણી મૂડી હતી, તેના ત્રણે ભાઈઓ વચ્ચે ભાગ પાડ્યા હતા. સૌથી નાના નંદલાલના ભાગે બે રૂમનું જર્જરિત મકાન આવ્યું હતું જેમાં હાલ તે રહેતો હતો. મોટા બંને ભાઈઓને સરકારી નોકરી હતી. તેથી બંનેએ થોડા સમયમાં જ લોન લઈને મકાન બનાવ્યાં હતાં. અત્યારે

બંને ભાઈઓને કોઈ આર્થિક તકલીફ નહોતી, તેમ છતાં બંને ભાભીઓને અસંતોષ હતો કે તેમના ભાગે બાપુજીની મૂડીમાંથી ઓછું આવ્યું અને નંદલાલભાઈને તૈયાર મકાન મળ્યું. ખરેખર વાસ્તવિકતા એ હતી કે તે મકાનની કિંમત બંને ભાઈઓના ભાગ કરતાં ખાસ વધારે નહોતી. વળી નંદલાલ પાસે મકાનમાં ચૂનો કરાવવાના પણ પૈસા ક્યાં હતા ?

"શું વિચારે છે ?" શેઠે ત્રાડ પાડી...

નંદલાલની વિચારધારા તૂટી... "શેઠ સાહેબ, છેલ્લાં બાવીસ વર્ષથી આપની પેઢીમાં વફાદારીપૂર્વક નોકરી કરું છું અને મારા કામની કદર કરીને તો આપે મને કેશિયર બનાવ્યો..."

"તારા કામની કદર કરીને જ તને કાલ સવાર સુધીનો ટાઇમ આપું છું. નહિતર, ધારું તો હું અત્યારે જ પોલીસ સ્ટેશને જઈને 'એફઆઈઆર' કરી શકું તેમ છું."

હવે નંદલાલ વધારે ગંભીર બની ગયો... આંખમાં આવેલ આંસુને કારણે તેને ધૂંધળું દેખાવા લાગ્યું. તે તરત શેઠની કેબિનની બહાર નીકળી ગયો. આમેય ઑફિસ છૂટવાનો સમય થઈ ગયો તેથી તેણે સીધું ઘર તરફ ચાલવાનું શરૂ કર્યું. બહાર રસ્તા પરના ટ્રાફિકનો અવાજ નંદલાલને બિલકુલ સંભળાતો નહોતો. મગજની સાથે જાણે કે કાન પણ બંધ થઈ ગયા હતા !

ત્યાં જ એક રિક્ષાવાળો તેની સાથે અથડાતાં-અથડાતાં રહી ગયો. રિક્ષાને જોરથી બ્રેક મારીને તેણે બૂમ પાડી... "એ ભાઈ, મરવા નીકળ્યા છો કે શું ?"

હવે નંદલાલે ફૂટપાથ પર ચાલવાનું શરૂ કર્યું. આખરે મંદિર આવ્યું એટલે તે ઓટલા પર બેસી પડ્યો. ઈશ્વર હંમેશાં ગરીબને ગરીબ રાખીને તેની હિંમતની કસોટી કરતો હોય છે ! આજે નંદલાલ હિંમત હારી ગયો હતો. હજુ ત્રણ દિવસ પહેલાં જ ડૉક્ટરે દીપકના ઑપરેશન માટે સલાહ આપી હતી જેનો અંદાજિત ખર્ચ ચાલીસ હજાર બતાવ્યો હતો. તરત જ નંદલાલ મોટાભાઈ પાસે તેમની ઑફિસે પહોંચી ગયો હતો.

"જો નંદલાલ, ઘણી વાર મેં તને નાની-મોટી મદદ કરી છે, પણ

હવે તે શક્ય નથી, કારણ કે મારે પણ ઘરમાં ઝઘડા થાય છે. તારી ભાભી કાયમ મને સંભળાવે છે કે મારા ભાઈને ધંધામાં જરૂર હોય તો તમે મદદ નથી કરતા અને તમારા ભાઈને ખોબા ભરી-ભરીને રૂપિયા આપો છો... આ વખતે તો તું નાના પાસે જ જા..."

નાનો એટલે વચેટ ભાઈ જે બૅંકમાં ક્લાર્ક હતો. ભાભી પણ તેની જ બૅંકમાં નોકરી કરતાં હતાં.

નંદલાલ તેમના ઘરે પહોંચી ગયો... તેણે આજીજી કરી... "મને બૅંકમાંથી લોન અપાવી દેશો તોપણ ચાલશે."

ભાભી આ વખતે નંદલાલ સાથે છેડો ફાડવાના જ મૂડમાં હતાં... "તમે તો હપતા ભરી શકો નહિ અને અમારે જ તમારી લોનના હપતા ભરવાના એમ જ ને ? અગાઉ પણ તમને લોન અપાવેલી અને પાછળથી હપતા ભરવાનું અમારા ભાગે જ આવ્યું હતું."

નંદલાલની આંખમાં આંસુ આવી ગયાં તે જોઈને ભાઈ થોડો ઢીલો પડ્યો... પણ ભાભીએ તેને બોલવા જ ન દીધો.

"જુઓ નંદલાલભાઈ, બાપુજીની બચતના ભાગ પડ્યા ત્યારે પણ તમને મકાન મળ્યું તેથી સૌથી વધારે નફો તમને જ થયો છે... ખરેખર તો અમારે મોટા બે ભાઈઓએ તમારી પાસેથી તે હિસાબના પણ થોડા-ઘણા પૈસા લેવાના નીકળે છે." ભાભીએ ત્રાગું કર્યું !

"ભાભી, મેં તો જીવનમાં ક્યારેય નફા-નુકસાનને મહત્ત્વ આપ્યું નથી. બધાં વડીલોએ કહ્યું તેમ કાયમ માટે કબૂલમંજૂર રાખ્યું છે. મને એમ કે આ છેલ્લી વાર જો તમો કંઈક મદદ કરી શકો તો..."

"જુઓ નંદલાલભાઈ, અમારી પણ લાઈફ છે, સ્ટેટસ પ્રમાણે રહેવા માટે અમારે પણ અમુક એવા ખર્ચ કરવા પડે છે. જેમાં અમે માંડ પહોંચીએ છીએ."

ભાઈની લાચારી જોઈને નંદલાલે વિચાર્યું... કળયુગની અસરના પોપડા લોહીના સંબંધો પર પણ કેટલા બધા બાઝી જતા હોય છે ? જેમ અંધારામાં પડછાયો સાથ છોડી દે તેમ ગરીબીમાં પોતાનાં પણ પરાયાં થઈ જતાં હોય છે ! એક પણ શબ્દ બોલ્યા વગર નંદલાલ તરત જ

સીધો ભાઈના ઘરેથી નીકળીને ઑફિસે પહોંચી ગયો હતો... ત્યાં જઈને લોનની માંગણી કરી જે શેઠે નકારી કાઢી હતી... પરિણામે છેલ્લા ત્રણ દિવસથી નંદલાલને ડિપ્રેશન જેવું તો હતું જ, તેમાં વળી આજે પચાસ હજારની કૅશ ખૂટવાનો બનાવ બન્યો જેને કારણે તેના ડિપ્રેશનમાં તીવ્ર વધારો થયો હતો. નંદલાલે મંદિરની અંદર ધિક્કારપૂર્વક દૃષ્ટિપાત કર્યો... અત્યાર સુધી આ શિવલિંગ પર તેને કેટલી બધી શ્રદ્ધા હતી! ઘરની નજીકમાં જ મંદિર હોવાને કારણે બાળપણથી જ આ મંદિરના પ્રાંગણમાં તે રમ્યો હતો... આ મંદિરની પવિત્રતા સાથે તેના મનને એક મીઠો સંબંધ બંધાઈ ગયો હતો! એકાએક નંદલાલના મનમાં વિચાર ઝબૂક્યો કે હવે પોતાનું કહી શકાય તેવી માત્ર એક મૂડી તેની આબરૂ જ હતી. જેના પણ આવતીકાલે શેઠ પોલીસકેસ કરે એટલે ચીંથરાં ઊડી જશે. નંદલાલે મક્કમતાથી ઊભા થઈને ભગવાનને મનોમન પડકાર ફેંક્યો : 'પ્રભુ તારું અસ્તિત્વ હોત તો મારા જેવા સીધા માણસને આટલું બધું સહન કરવાનું ન જ આવે.'

હવે નંદલાલે મંદિરના પાછળના ભાગમાં આવેલ કાચા રસ્તે ચાલવાનું શરૂ કર્યું. અહીંથી વીસેક મિનિટના અંતરે રેલવેના પાટા હતા. અત્યારે ટ્રેન આવવાનો સમય પણ છે તેવું યાદ આવવાથી નંદલાલે ચાલવાની ઝડપ વધારી. તેના મગજમાં શૂન્યાવકાશ સર્જાઈ ગયો હતો. પાટાની નજીક પહોંચીને તેણે નજર કરી તો દૂર સુધી કોઈ માણસ નજરે પડતો નહોતો. નંદલાલે તરત જ પાટા પર ઝંપલાવ્યું. સૂર્યાસ્તનો સમય હતો. કુદરત માટે પણ નક્કી કરવું મુશ્કેલ થઈ પડ્યું હતું કે સૂર્યાસ્ત પહેલાં થશે કે નંદલાલના જીવનનો અસ્ત પહેલાં થશે? પાટા પર ધ્રુજારી થઈ રહી હતી... દૂર... દૂર...થી ટ્રેન આવતી હોય તેવું લાગી રહ્યું હતું. નંદલાલે બંને આંખો બંધ કરી દીધી. તેનું હૃદય સમુદ્રમાં મોજાં ઊછળે તેમ ઊછળી રહ્યું હતું! મોત જાણે કે હવે થોડુંક જ છેટું હતું... ત્યાં જ રેલવેના પાટા પાસે પથરાઓ પર કોઈક ધીમેધીમે ચાલી રહ્યું હોય તેવો નંદલાલને અણસાર આવ્યો. તેણે આંખ ખોલી તો તેના પગ પાસે જ દીપક બંને કાખઘોડી સાથે ઊભો હતો :

"પપ્પા, તમને મારો પણ વિચાર ન આવ્યો ?"

દીપકનો રડમસ ચહેરો જોઈને નંદલાલ એક ઝાટકે બેઠો થયો અને દીપકને કાખઘોડી સાથે બાથમાં લઈને ઝડપથી પાટાની નીચે કાચો રસ્તો હતો ત્યાં પહોંચી ગયો. ગણતરીની ક્ષણોમાં જ ટ્રેન વાવાઝોડાની જેમ પસાર થઈ ગઈ. બંને બાપ-દીકરો સ્તબ્ધ બનીને ટ્રેનને જતી જોઈ રહ્યા...

દીપક બોલ્યો... "પપ્પા, મરવા માટે તો ક્ષણ બે ક્ષણની જ હિંમતની જરૂર હોય છે. સાચી હિમ્મત તો જીવન જીવવા માટે જોઈએ... હું મોટો થઈને તમારું ધ્યાન રાખીશ."

બાર વર્ષના અપંગ દીકરાને આશ્વાસન આપતો જોઈને નંદલાલની આંખમાં આંસુનું ઘોડાપૂર ઊમટ્યું.

"ચાલ બેટા, ઘરે જઈએ, હવે પછી ગમે તેવા પડકારો ઝીલવા પડશે તો ઝીલી લઈશ, પણ આવું પગલું ક્યારેય નહિ ભરું." દીપકને તેડીને નંદલાલ મંદિર સુધી પહોંચ્યા ત્યાં ઝરમર-ઝરમર વરસાદ ચાલુ થયો, એટલે દીપકને તેની બંને કાખઘોડી સાથે નંદલાલે મંદિરના ઓટલે બેસાડ્યો. ત્યાં જ નંદલાલે એક મોંઘી કારને પોતાના ઘર તરફની ગલીમાં વળતાં જોઈ.

"અરે, આ તો મારા શેઠની ગાડી છે..." નંદલાલ ચમક્યો.

"પપ્પા, તમે ઘરે પહોંચો."

"હા... બેટા તું બેસજે, હું હમણાં જ પાછો આવું છું." નંદલાલ દોડતા જઈને શેઠની પાછળ ઘરમાં દાખલ થયો : "આવો... આવો શેઠ..." નંદલાલે આવકાર આપ્યો.

"અરે નંદલાલ, પેલા પચાસ હજાર મળી ગયા છે, તારું ધ્યાન નહોતું, ત્યારે પટાવાળાએ જ ચીલઝડપ કરીને પાંચસોનું એક બંડલ લઈ લીધું હતું, પરંતુ ભગવાન જાણે તેનું શું હૃદય પરિવર્તન થયું કે કલાક પહેલાં જ મને ઘરે આવીને આપી ગયો અને પોલીસમાં ફરિયાદ ન કરવા માટે પગમાં પડીને કરગરીને ગયો. મને થયું કે મારો બાવીસ વર્ષ જૂનો વફાદાર માણસ કઈ સ્થિતિમાં જીવે છે તે રૂબરૂ જઈને જોઈ આવું."

નંદલાલે રાધિકાને ચા બનાવવાની સૂચના આપી.

"ના... નંદલાલ, ચા પછી ક્યારેક... પહેલાં એ કહે કે તારા દીકરાને શેનું ઑપરેશન કરાવવાનું છે ?"

ત્યાં તો દીપક બંને કાખઘોડીની મદદ વડે ધીમેધીમે આવ્યો. શેઠ તેને તાકી રહ્યા.

શેઠે તરત જ આવતીકાલે ઑફિસમાંથી જરૂરી લોન આપવાનું તથા આ મહિનાથી પગાર પણ વધારી આપવાનું જણાવ્યું અને વરસાદને કારણે ઝડપથી તેઓ બહાર આવીને ગાડીમાં બેસી ગયા. નંદલાલ યંત્રવત્ શેઠને ગાડી સુધી મૂકવા ગયો. શેઠની ગાડી ઊપડી એટલે નંદલાલે તરત જ મંદિર ભણી દોટ મૂકી.

નંદલાલ મંદિરમાં પ્રવેશ્યો કે તરત જ વીજળીનો મોટો ચમકારો થયો. નંદલાલે ભાવપૂર્વક શિવલિંગની સામે જોયું તો જાણે કે તે સ્વયં પ્રકાશિત થઈને ફરીથી કહી રહ્યું હતું... 'મરવા માટે તો ક્ષણ. બે ક્ષણની હિંમતની જરૂર પડતી હોય છે. જ્યારે સાચી હિંમતની જરૂર તો જીવન જીવવા માટે જ પડે છે !'

નંદલાલ ઘરે આવ્યો અને દીપકને બાથમાં લઈ રડી પડ્યો.

"પપ્પા, હવે મારે કાખઘોડીની જરૂર નહીં પડે ને ?"

નંદલાલે કોઈ જ જવાબ ન આપ્યો તેથી રાધિકાએ પણ દીપકની વાતમાં સૂર પૂરાવ્યો... "હવે તો ઑપરેશન પછી દીપકને કાખઘોડીની ક્યાં જરૂર પડવાની છે ?" નંદલાલ સ્તબ્ધ થઈને હજુ વિચારમગ્ન અવસ્થામાં જ ઊભો હતો અને કોઈ જ જવાબ આપતો નહોતો. નંદલાલને અવઢવ અવસ્થામાં ઊભેલો જોઈને રાધિકા બોલી : "તમે તો સાવ એવા ને એવા જ રહ્યા !"

પણ રાધિકાને ક્યાં ખબર હતી કે નંદલાલ હવે એવો ને એવો નહોતો રહ્યો... ઈશ્વરના અસ્તિત્વનો સાક્ષાત્કાર તેણે અનુભવી લીધો હતો !

'અખંડઆનંદ'
જૂન, ૨૦૧૩

૯

ઇન્ટરવ્યૂ

"સાહેબ આપને બોલાવે છે" પ્રેસમાં મારી કેબિનમાં બપોરે હું કાર્યરત હતો ત્યારે પટાવાળાએ મૅસેજ આપ્યો. સમગ્ર સ્ટાફમાં મારી ગણના અત્યંત બાહોશ પત્રકાર તરીકે થતી હતી. હું તરત તંત્રી સાહેબની કેબિનમાં પહોંચી ગયો. સાહેબે મને તેમની સામેની ખુરશીમાં બેસવાનો ઇશારો કરીને સીધી મુદ્દાની વાત કરી.

"મિસ્ટર પટેલ, નેક્સ્ટ વીકમાં શહેરના જાણીતા મનોચિકિત્સક ડૉ. કશ્યપનું બહુમાન થવાનું છે, મારી ઇચ્છા છે કે આપ આજે જ તેમનો ઇન્ટરવ્યૂ લઈ લો. જેથી આપણે આવતીકાલના અખબારમાં તેમનો સૌપ્રથમ ઇન્ટરવ્યૂ છાપી શકીએ."

"યસ સર, હું હમણાં જ તેમની એપોઇન્ટમેન્ટ લઈ લઉં છું." બૉસ દ્વારા જ્યારે મને કોઈ પણ કામ સોંપવામાં આવતું ત્યારે હંમેશાં હું મરણિયો થઈને ટોપ પ્રાયોરિટીમાં કાર્ય પૂરું કરવાની કોશિશ કરતો... મારા આવા સ્વભાવને કારણે જ માત્ર સાત વર્ષની નોકરી થઈ હોવા છતાં મને ઑફિસમાં સિનિયર

જર્નાલિસ્ટ જેટલું જ માન મળતું હતું. મેં કેબિનની બહાર નીકળીને ડૉ. કશ્યપનો સેલ નંબર મેળવીને તેમને ફોન લગાવીને મારી ઓળખાણ આપી.

"જુઓ મિસ્ટર પટેલ, આજે તો આપણી મુલાકાત શક્ય જ નથી, કારણ કે અત્યારે હું ગાંધીનગર છું, રાત્રે નવની ટ્રેન પકડીને પાંચ દિવસ માટે એક મેડિકલ કૉન્ફરન્સ એટેન્ડ કરવા માટે મુંબઈ જઈ રહ્યો છું."

"ડૉ. કશ્યપ, આપ તો જાણો છો કે અમારું અખબાર માત્ર ગુજરાતમાં જ નહીં પરંતુ મુંબઈ સુધી પ્રખ્યાત છે, જો આપ ગાંધીનગરથી માત્ર એકાદ કલાક પહેલાં રેલવે સ્ટેશને આવી શકો તો ત્યાં વીઆઈપી લોન્જમાં બેસીને પણ આપનો ઇન્ટરવ્યૂ લેવાની મારી તૈયારી છે."

"મિ. પટેલ, આજે મારું શિડ્યુલ એટલું બધું ટાઇટ છે કે હું ટ્રેન પણ મણિનગરથી જ પકડવાનો છું."

"સર, જો આપને વાંધો ન હોય તો મારી આપની સાથે વડોદરા સુધી આવવાની પણ તૈયારી છે... સવાલ માત્ર એક-દોઢ કલાકનો જ છે. વડોદરાથી હું પરત આવી જઈશ." મેં ડૉ. કશ્યપને પકડવાનો છેલ્લો પાસો નાખ્યો.

"હા... એવું થઈ શકે... આમ પણ મને રાત્રે મોડા સૂવાની જ આદત છે, ફર્સ્ટ ક્લાસના કૂપેમાં હું એકલો જ હોઈશ."

"ઓ.કે. હું અમદાવાદ સ્ટેશનેથી જ આપના કૂપેમાં બેસી જઈશ."

ફોન ડિસકનેક્ટ કર્યા બાદ હું મારી કેબિનમાં ઇન્ટરવ્યૂની પૂર્વ તૈયારીમાં લાગી ગયો, મારી પાસે છ કલાકનો સમય હતો.

ટ્રેન સ્ટેશનેથી ઊપડે તે પહેલાં હું પ્લૅટફૉર્મ પર પહોંચી ગયો અને ટીસીને મારી વડોદરા સુધીની ફર્સ્ટ ક્લાસની ટિકિટ અને પ્રેસનું આઇડેન્ટી કાર્ડ બતાવીને મેં મારા પ્રવાસનું પ્રયોજન જણાવ્યું. ટી.સી. મને ડૉ. કશ્યપના કૂપે સુધી મૂકી ગયો. ટ્રેન ઊપડી એટલે તરત મેં મારું લેપટોપ, કૅમેરો તથા ટેપરેકોર્ડર ચેક કરી લીધાં. મણિનગર સ્ટેશનેથી ડૉ. કશ્યપ કૂપેમાં પ્રવેશ્યા એટલે મેં તરત ઊભા થઈને તેમની સાથે હેન્ડશેઈક કર્યાં. પિસ્તાલીસ આસપાસના ડૉ. કશ્યપનું વ્યક્તિત્વ એકદમ આકર્ષક હતું. તેમના ચહેરા પર આખા દિવસની દોડધામનો થાક બિલકુલ

વર્તાતો નહોતો અને અત્યંત સ્ફૂર્તિલા જણાતા હતા. એક ખણખોદિયા પત્રકારની જેમ મારા નેટવર્ક દ્વારા મેં જાણી લીધું હતું કે ડૉ. કશ્યપના રંગીન મિજાજને કારણે તેમની પત્ની તેમને છોડીને જતી રહી હતી.

ડૉ. કશ્યપના મેં ત્રણ-ચાર ફોટોગ્રાફ લીધા. હેન્ડસમ, પર્સનાલિટીના માલિક ડૉ. કશ્યપના ફોટા પાડતી વખતે મને લાગી રહ્યું હતું કે આ માણસ જો સાયકિયાસ્ટ્રિટ ન થયો હોત તો ચોક્કસ ફિલ્મ ઇન્ટસ્ટ્રી અથવા મૉડેલિંગના વ્યવસાયમાં આગળ વધ્યો હોત !

ઇન્ટરવ્યૂ શરૂ કરતાં પહેલાં મેં તેમને માહિતી આપી કે જે શહેરની મેડિકલ કૉલેજમાં તેમણે અભ્યાસ કર્યો હતો તે જોગાનુજોગ મારું વતન છે.

“ફાઈન... પણ તે સમયે તમે તો સ્કૂલમાં ભણતા હશો.”

“હા, ડૉક્ટરસાહેબ... આપણે પણ શરૂઆત આપની એજ્યુકેશનલ કરિયરથી જ કરીશું.” ટ્રેનની ગતિની સાથે મારી પ્રશ્નો પૂછવાની ગતિ પણ વધી રહી હતી. ડૉ. કશ્યપ ધીરજપૂર્વક જવાબો આપી રહ્યા હતા.

“ડૉ. કશ્યપ, આપે પીએચ.ડી. કર્યું છે... ‘પર્સનાલિટી ડીસઑર્ડર’ના સબ્જેક્ટ પર...”

“મિ. પટેલ, તમે તો મારા વિશે ઘણી માહિતી એકઠી કરીને આવ્યા લાગો છો તમારી પૂર્વ તૈયારીને હું દાદ આપું છું.” ડૉ. કશ્યપે મારી પ્રશંસા કરતાં કહ્યું.

“ડૉક્ટરસાહેબ, પર્સનાલિટી ડીસઑર્ડર એટલે શું ?” મેં જિજ્ઞાસા-પૂર્વક પૂછ્યું.

“મિ. પટેલ, પર્સનાલિટી ડીસઑર્ડર એક પ્રકારની માનસિક બીમારી જ છે. સામાન્ય રીતે આવો પેશન્ટ નોર્મલ જ દેખાતો હોય છે, પરંતુ વાસ્તવમાં નોર્મલ હોતો નથી... તે ખૂબ જ એગ્રેસીવ અને ડોમીનન્ટ હોય છે. ક્રોધ અને આવેશ તેના સ્વભાવનું મુખ્ય લક્ષણ હોય છે. આવી વ્યક્તિની સહેજ પણ લાગણી ઘવાય તો તે સહન કરી શકતી નથી... તે ગમે તે પગલું ભરી બેસે છે... આપઘાત પણ કરી શકે છે.”

“આપે આવાં ઘણાં દર્દીઓને સાજાં કર્યાં છે, તેથી જ શહેરની આપઘાત નિવારણ સમિતિ આપનું બહુમાન કરવાની છે... બરોબર ને ?”

"એક્ઝેક્ટલી.. મિ. પટેલ, તમારી પાસે સાચી માહિતી છે."

ટ્રેન સ્પીડને કારણે હાલકડોલક થતી હતી. હું અને ડૉ. કશ્યપ કપમાંથી કૉફી ઢોળાય નહીં તેનું ધ્યાન રાખીને કૉફી પી રહ્યા હતા. મેં ઘડિયાળમાં જોયું... વડોદરા આવવાની તૈયારી હતી. ટ્રેન વ્હીસલ પર વ્હીસલ વગાડીને પૂરઝડપે વડોદરાના પ્લૅટફૉર્મમાં પ્રવેશી રહી હતી. મેં તરત મારું લેપટોપ અને ટેપરેકોર્ડર બંધ કરીને તેમને છેલ્લો પ્રશ્ન પૂછ્યો. ડૉ. કશ્યપ ટ્રેનના અવાજની જેમ ખળભળી ઊઠ્યા, મારા સવાલનો તેમની પાસે કોઈ જ જવાબ નહોતો. તેઓ ફાટી આંખે મારી સામે જોઈ રહ્યા હતા.

ટ્રેન વડોદરા સ્ટેશને ઊભી રહી એટલે મેં નીચે ઊતરીને પહેલું કામ મેં લીધેલા ઇન્ટરવ્યૂને લેપટોપ દ્વારા અખબારની કચેરીએ મેઈલ કરવાનું કર્યું, જેથી આવતીકાલના અખબારમાં તે છાપી શકાય.

બીજે દિવસે સવારે જ્યારે લોકો અખબારમાં ડૉ. કશ્યપનો ઇન્ટરવ્યૂ વાંચી રહ્યા હતા ત્યારે ટીવી પર મુંબઈ સ્ટેશને ટ્રેનના ડબ્બામાંથી ડૉ. કશ્યપનું ડેડબોડી મળી આવ્યાના સમાચાર પ્રસારિત થઈ રહ્યા હતા. બે દિવસ પછી પોસ્ટમોર્ટમના રિપોર્ટના આધારે ડૉ. કશ્યપે ઝેરી દવા પીને આત્મહત્યા કરી હતી, તેવા સમાચાર આવ્યા હતા, મેં તરત અમારા અખબારની હેડલાઇનમાં પ્રશ્નાર્થ કર્યો હતો... "શું ડૉ. કશ્યપ પર્સનાલિટી ડીસઑર્ડરનો કેસ હતા ? તેમણે આત્મહત્યા શા માટે કરી હશે ?"

અખબારનું ટાઇટલ ભલે મેં જ આપ્યું હતું, પરંતુ હકીકતમાં ડૉ. કશ્યપના મૃત્યુનું સાચું કારણ હું તો જાણતો જ હતો, તે રાત્રે પૂરઝડપે દોડતી ટ્રેનમાં મારો છેલ્લો સવાલ હતો... "આરતીએ ગળે ફાંસો ખાઈને આપઘાત કર્યો હતો, તેમાં તેનો શો વાંક હતો ?"

"કોણ આરતી ?" ડૉ. કશ્યપની જીભ લોચા વાળતી હતી.

"મારી મોટી બહેન આરતી પટેલ, જે તમારી સાથે મેડિકલ કૉલેજમાં ભણતી હતી, તમે તેની સાથે પ્રેમનું નાટક કરીને તેને પ્રેગનન્ટ કર્યા બાદ તરછોડી દીધી હતી."

ડૉ. કશ્યપની આંખ સામે વીસ વર્ષ પહેલાંનો ભૂતકાળ સજીવન થયો હતો. આરતીએ મરતાં પહેલાં લખેલ ચિઠ્ઠીમાં ડૉ. કશ્યપનો ઉલ્લેખ કર્યો

હતો, પરંતુ મારા પિતાએ સમાજમાં આબરૂ જવાના ડરથી કુંવારી દીકરી સગર્ભા હતી તે વાત જાહેર થવા દીધી નહોતી... પરિણામે ડૉ. કશ્યપ બચી ગયા હતા! મેં ફરીથી મારો પ્રશ્ન દોહરાવ્યો હતો... “આરતીનો શો વાંક હતો?” મારું મગજ ગુસ્સાને કારણે મારા કન્ટ્રોલ બહાર જઈ રહ્યું હતું... મારી આંખમાંથી જાણે કે અંગારા વરસી રહ્યા હતા.

ડૉ. કશ્યપની બોલતી બંધ થઈ ગઈ હતી... તે મારી સામે ફાટી આંખે જોઈ રહ્યા હતા. આ ઇન્ટરવ્યૂનો આવો વળાંક આવશે તે તેમની કલ્પના બહારની વાત હતી. ધસમસતી ટ્રેન જ્યારે વડોદરાના પ્લૅટફૉર્મ પર પ્રવેશી રહી હતી, ત્યારે જ ડૉ. કશ્યપને ઝેરની અસર થવા માંડી હતી..જે મેં તેમની કૉફીમાં ચાલાકીપૂર્વક તેમનું ધ્યાન ચૂકવીને ભેળવી દીધું હતું. કૂપેનો દરવાજો બંધ કરીને જ્યારે હું બહાર નીકળ્યો ત્યારે ડૉ. કશ્યપ તેની સીટ પર ફસડાઈ પડ્યા હતા! મારા ચહેરા પર મારી મોટી બહેનના અપમૃત્યુનો બદલો લઈ શકવાને કારણે સંતોષની એક લહેર ફરી વળી હતી...!

ત્યાં જ અચાનક મારા ટેબલ પર રાખેલ ઇન્ટરકોમની રિંગ વાગી રહી હતી. પ્રેસની નોકરીમાં થઈ રહેલા સતત ઉજાગરાને કારણે ઇન્ટરવ્યૂની તૈયારી કરતાં-કરતાં મને ક્યારે ઊંઘ ચડી ગઈ હતી તેનો ખ્યાલ જ નહોતો રહ્યો. મારા મગજમાં મારી મોટી બહેનને દગો દેનાર ડૉ. કશ્યપનું આજે ખૂન કરવાનો જે પ્લાન ચાલતો હતો તે સ્વપ્ન બનીને મારાં રૂંવાડાં ઊભાં કરી ગયો હતો!

પાંચ સાત રિંગ વાગ્યા પછી હું બિલકુલ વર્તમાનમાં આવી ગયો...

મેં ફોન ઉપાડ્યો. સામેથી તંત્રી સાહેબનો અવાજ હતો. “મિસ્ટર પટેલ, ડૉ. કશ્યપના ઇન્ટરવ્યૂની તૈયારી કરવાનું માંડી વાળજો... હમણાં જ સમાચાર મળ્યા છે, ડૉ. કશ્યપની કારને ગાંધીનગરથી અમદાવાદ આવતા ભયંકર અકસ્માત થયો છે અને તેમનું સ્થળ પર જ મૃત્યુ થયું છે.” મારા શરીરમાંથી એક લખલખું પસાર થઈ ગયું... પરંતુ થોડી જ ક્ષણો બાદ મારા ચહેરા પર ફરીથી સંતોષની એક લહેર ફરી વળી.

‘મોનિટર’,

તા. ૧-૬-૨૦૧૩

૧૦

દામ્પત્યગુરુ

અમદાવાદનો ટાગોર હૉલ પ્રેક્ષકોથી સંપૂર્ણપણે ભરાઈ ચૂક્યો હતો. હા... આજે ગુજરાતની એક પ્રસિદ્ધ સામાજિક સંસ્થા દ્વારા પ્રોફેસર પંડ્યાનો સન્માન સમારંભ હતો. તેમને આજે 'દામ્પત્ય-ગુરુ'ના બિરુદથી નવાજવાના હતા ! માત્ર અમદાવાદમાં જ નહીં, પરંતુ સમગ્ર ગુજરાતમાં પ્રોફેસર પંડ્યાનું નામ ઘરે ઘરે જાણીતું થઈ ચૂક્યું હતું. લગભગ બે દાયકા પહેલાં જ્યારે પંડ્યાસાહેબે અમદાવાદ શહેરમાં જ લગ્ન કરતાં પહેલાં યુવક-યુવતીઓ માટેના ટ્રેનિંગ ક્લાસના શ્રીગણેશ કર્યા ત્યારે તેમને ઘણી ટીકાઓનો પણ સામનો કરવો પડ્યો હતો. પરંતુ જેમજેમ લોકોને ખબર પડતી ગઈ કે આ કોચિંગ ક્લાસમાં દરેક યુવક-યુવતીને પાત્રની પસંદગીથી શરૂ કરીને લગ્નજીવનમાં પ્રસન્નતા, નિખાલસતા તથા સહનશીલતા જેવા ગુણો બાબતે પાયાની સમજ આપવામાં આવે છે તથા ભાવિ જીવનસાથીનો અપેક્ષારહિત કેવી રીતે સ્વીકાર કરવો તેના પાઠ ભણાવવામાં આવે છે ત્યારે પંડ્યાસાહેબને સુંદર પ્રતિસાદ મળવા માંડ્યો હતો. પશ્ચિમના

દેશોની જેમ ભારતમાં અને ખાસ કરીને ગુજરાતમાં છૂટાછેડાનું પ્રમાણ ન વધે તે માટેનો પંડ્યાસાહેબનો આ એક નવીન પ્રયોગ જ હતો... જેમાં તેમના સદ્ભાગ્યે સમગ્ર શિક્ષણજગતનો તેમને ટેકો મળી રહ્યો હતો, કારણ કે કોઈ પણ અભ્યાસક્રમમાં જીવનસાથી સાથે કેવી રીતે જીવવું જોઈએ તે શિખવાડવામાં આવતું નથી. અને માત્ર અભ્યાસક્રમ જ શા માટે ખુદ વડીલો પણ પોતાના પુત્રને કે પુત્રીને આ બાબત સમજાવવામાં સામાન્યરીતે નિષ્ફળ જતા હોય છે ! પંડ્યાસાહેબના ક્લાસની કીર્તિ એટલી બધી ફેલાઈ ચૂકી હતી કે લગ્નજીવનનાં પાંચ-સાત વર્ષ પૂરાં કરનાર યુગલો પણ વધારે સારી રીતે જીવી શકાય તે માટે તેમાં ઍડ્મિશન લેતાં થઈ ગયાં હતા ! દરેકને લાગતું કે પંડ્યાસાહેબ પાસે કોઈક ગુરુચાવી છે જેનાથી તેમની સમસ્યારૂપી તાળું આસાનીથી ઊઘડી જાય છે !

તાળીઓના ગડગડાટ વચ્ચે ખાદીધારી પ્રોફેસર પંડ્યાએ જ્યારે 'દામ્પત્યગુરુ'ના બિરુદનો સ્વીકાર કર્યો ત્યારે પ્રેસ રિપોર્ટરો અને ન્યૂઝ ચૅનલોએ કૅમેરાના ફ્લેશથી આખા હૉલને પ્રકાશિત કરી દીધો હતો ! સમગ્ર દેશમાં આ પ્રકારના ક્લાસ સૌપ્રથમ શરૂ કરવાનું શ્રેય પ્રોફેસર પંડ્યાને ફાળે જતું હતું ! વળી, તેમના ક્લાસ ભરનાર ઘણાં બધાં યુગલોનાં લગ્નજીવન જે ભંગાણના આરે આવી ગયાં હતાં તેમને નવજીવન મળી ગયું હતું. આવાં હજ્જારો યુગલોના આશીર્વાદ મેળવનાર પંડ્યાસાહેબે જ્યારે માઇક હાથમાં લીધું ત્યારે હૉલમાં ટાંકણી પડે તોપણ અવાજ સંભળાય તેવી શાંતિ પથરાઈ ચૂકી હતી ! –

"મિત્રો, આજે મારે કોઈ નવી વાત નથી કરવી. લગ્ન એ બંને પાત્રોએ સમજદારીપૂર્વક સ્વીકારેલું બંધન હોય છે. બંને પક્ષે તેને ટકાવવાની એક સામૂહિક જવાબદારી હોય છે. બંને પાત્રોએ અલગ-અલગ દિશા તરફ જોવાને બદલે એક જ દિશામાં જોવાનું હોય છે. દરેક લગ્નજીવનમાં બેમાંથી એક પાત્ર થોડુંક વધારે સમજદાર હોય છે, જેની જતું કરવાની ભાવના વધારે જોવા મળે છે. બંને પાત્રોએ પોતાના ઇગોની લગ્નની વેદીમાં આહુતિ આપવાની હોય છે. સુખ આપવાથી જ સુખ મળતું હોય છે..."

ત્યાં જ મંચ પાસેના ખૂણામાં પ્રોગ્રામના મુખ્ય આયોજક પાસે બાવીસેક વર્ષની એક જીન્સટી શર્ટ અને બૉબ્ડહેરવાળી યુવતીને રકઝક કરતી જોઈને પ્રોફેસરનું ધ્યાન તે તરફ ગયું.

"બહેન, તારે શો પ્રોબ્લેમ છે? શેની રકઝક ચાલે છે?" મુખ્ય આયોજકે નીચે ઊભાઊભા જ જણાવ્યું કે આ બહેન તમને જાહેરમાં પ્રશ્નો પૂછવા માગે છે.

"શ્યોર... શ્યોર... આવ બહેન... સ્ટેજ ઉપર આવ..."

પ્રોફેસરના આમંત્રણથી પેલી યુવતી સ્ટેજ ઉપર આવીને બીજી તરફનું માઈક પોતાના હાથમાં લઈને બોલી... "સૌપ્રથમ મારો પરિચય આપી દઉં... હું ત્રણેક માસ પહેલાં જ ન્યૂયોર્કથી આવી છું... ગુજરાતી છું... મારું નામ શ્રુતિ છે અને અહીંના અંગ્રેજી અખબારની પ્રેસ રિપોર્ટર છું."

પ્રોફેસર પંડ્યાએ મંદમંદ હાસ્ય કરતાં કહ્યું, "બોલ બહેન... તારે શું પૂછવું છે?"

"મારે તમને તમારી અંગત જિંદગી વિશેના પ્રશ્નો પૂછવા છે."

"અરે... બહેન, મારું જીવન તો ખુલ્લી કિતાબ જેવું છે. સૌ કોઈ જાણે છે કે મારી પત્ની સુલેખાનું કેન્સરને કારણે વર્ષો પહેલાં અવસાન થયું છે અને ત્યાર બાદ મેં બીજાં લગ્ન કર્યાં જ નથી."

"પ્રોફેસર સાહેબ... આ એક અર્ધસત્ય છે." શ્રુતિએ પ્રોફેસર તરફ આંગળી દર્શાવીને જાણે કે પડકાર ફેંક્યો.

સમગ્ર હૉલમાં સન્નાટો છવાઈ ગયો.

"તો પછી પૂર્ણ સત્ય શું છે?" પ્રોફેસરે શ્રુતિને ધ્યાનપૂર્વક નીરખતાં પૂછ્યું.

"પૂર્ણ સત્ય એ છે કે તમારી પત્નીને કેન્સર તો પછી થયું, તમે તો લગ્ન થયા પછી પાંચમા દિવસે જ તેનો ત્યાગ કર્યો હતો!"

પ્રોફેસર અતીતમાં ખોવાઈ ગયા... હા... લગભગ ત્રેવીસેક વર્ષ પહેલાં સુલેખા સાથે પોતાનું લગ્નજીવન શરૂ તો થયું હતું, પરંતુ પ્રથમ રાત્રિએ જ સુલેખાએ એકરાર કર્યો હતો કે તે પોતાના ગામના જ યુવાન પુનિત પટેલના ગળાડૂબ પ્રેમમાં હતી. જે એકાદ વર્ષથી અમેરિકા ગયો

હતો. સુલેખાના મા-બાપને આ પ્રેમપ્રકરણની જાણ હતી, છતાં પરાણે સુલેખાને પ્રોફેસર પંડ્યા સાથે પરણાવી દીધી હતી. સુલેખા માબાપ પાસે પ્રખર વિરોધ નહોતી કરી શકી, પરિણામે ભોગવવાનું પ્રોફેસર પંડ્યાને ભાગે આવ્યું હતું! જોગાનુજોગ લગ્નના પાંચમા દિવસે જ પુનિત પટેલ ઇન્ડિયા આવ્યો હતો અને સુલેખાને ભગાડીને લઈ ગયો હતો અને તરત જ પ્રોફેસર પણ વિદ્યાનગરને કાયમ માટે અલવિદા કરીને અમદાવાદમાં સ્થાયી થયા હતા. પ્રેક્ષકોના વધતા જતા ગણગણાટથી પ્રોફેસર તંદ્રાવસ્થામાંથી જાગ્યા અને ટેબલ ઉપર પડેલ ઠંડા પાણીનો આખો ગ્લાસ ગટગટાવી ગયા અને સ્વસ્થતા જાળવી રાખવાના પ્રયત્ન સાથે તેમણે પૂછ્યું... "તો તું કહેવા શું માગે છે?"

"હું એટલું જ કહેવા માગું છું કે જે સુલેખાનો તમે ત્યાગ કર્યો હતો તે મારી મા હતી અને દશ વર્ષ પહેલાં તેણે મરતી વખતે મારા બાપ તરીકે તમારા નામનો ઉલ્લેખ કર્યો હતો." બધા સ્તબ્ધ બની ગયા હતા, કારણ કે શ્રુતિના અવાજમાં સચ્ચાઈનો રણકાર હતો. ન્યૂઝ ચૅનલવાળાઓ ગેલમાં આવી ગયા હતા, કારણ કે ફોગટમાં તેમને મસાલેદાર સ્ટોરી મળી રહી હતી. ઘણી બધી ચૅનલોમાં બ્રેકિંગ ન્યૂઝ તરીકે પ્રોગ્રામનું લાઈવ ટેલિકાસ્ટ ચાલુ થઈ ગયું હતું. પ્રોફેસર પંડ્યાને મળેલ એવૉર્ડનો જાણે કે ફિયાસ્કો થઈ રહ્યો હતો! "બોલો, પ્રોફેસર તમારે કંઈ કહેવું છે?" શ્રુતિએ જાણે કે કેસરિયાં કર્યાં હતાં.

પ્રેક્ષકોમાંથી બીજા કોઈ પ્રશ્નો આવે તે પહેલાં અનુભવી પ્રોફેસરે બાજી સંભાળી લીધી હતી : "આ છોકરી સાવ સાચું બોલે છે... કારણ કે એક સ્ત્રી જ પોતાના બાળકને ખાતરીપૂર્વક કહી શકે કે તેનો પિતા કોણ છે... વળી મેં મારા શંકાશીલ સ્વભાવને કારણે જ તેની માને મારા ઘરમાંથી જાકારો આપ્યો હતો અને ત્યાર બાદ જ આ છોકરીનો જન્મ થયો હોવો જોઈએ. દામ્પત્ય જીવનની સમસ્યાઓના સમાધાન માટેના ક્લાસ શરૂ કરવાનો મારો એક ઉદ્દેશ આ પણ હતો કે મારું તો ઘર ન ચાલ્યું, પરંતુ અન્ય યુગલોનાં ઘર વ્યવસ્થિત ચાલે તથા હું મારા ક્લાસમાં કાયમ કહેતો આવ્યો છું કે તમારા જીવનમાં શંકાને ક્યારેય સ્થાન ન

આપશો, કારણ કે શક નામનો કીડો લગ્નજીવનને ઊધઈની જેમ કોરી ખાતો હોય છે! વળી. આજે તમે મારો જ દાખલો જુઓ... આટલાં વર્ષો પછી પણ મારે કેવી વિષમ પરિસ્થિતિનો સામનો કરવો પડી રહ્યો છે?"

પ્રોફેસરની નિખાલસતા ઉપર પ્રેક્ષકો વારી ગયાં અને તાળીઓના ગડગડાટ વચ્ચે પ્રોગ્રામની સમાપ્તિ થઈ. પડદો પડી ગયો અને પ્રેક્ષકો વિખેરાઈ ગયાં !

ટાગોર હૉલની બહાર સૂર્યાસ્ત થઈ રહ્યો હતો. વિશાળ પાર્કિંગમાંથી સૌથી છેલ્લી કાર બહાર લાવનાર પ્રોફેસર પંડ્યા હતા. બહાર ધીમો-ધીમો વરસાદ ચાલુ થઈ ગયો હતો. પ્રોફેસરે કારના વાઈપર ચાલુ કર્યા. હૉલના મેઈન ગેટ પાસે જ અશ્રુભીની આંખે શ્રુતિ ઊભી હતી. પ્રોફેસરે ગાડી ઊભી રાખી અને બાજુનો દરવાજો ખોલ્યો... શ્રુતિ પલકારામાં જ કારમાં ગોઠવાઈ ગઈ. પ્રોફેસરે આશ્રમ રોડ તરફ ગાડી હંકારી. વાતની શરૂઆત પહેલાં કોણ કરશે તે નક્કી કરવું મુશ્કેલ હતું. કારણ કે બંનેના મનમાં ચાલતી ગડમથલ ઉકેલવા માટે અત્યારે ખુદ ઈશ્વર પણ જાણે કે અસમર્થ હતો !

પંડ્યા સાહેબે ગાંધી આશ્રમ સામે આવેલ એક ઝાડ નીચે ગાડી ઊભી રાખી. વરસાદ બંધ થઈ ગયો હતો. પંડ્યાસાહેબ ગાડીની બહાર નીકળ્યા... પાછળ ને પાછળ શ્રુતિ પણ બહાર નીકળી.

પ્રોફેસરે વાતની શરૂઆત કરી... "શ્રુતિ, આ સ્થળ કરતાં વધારે પવિત્ર સ્થળ મારી દૃષ્ટિએ એક પણ નથી... કારણ કે જે મહામાનવે જીવનના અંત સુધી સત્યનો સાથ નહોતો છોડ્યો તેમનો અહીં નિવાસ હતો અને આવી પવિત્ર જગ્યાએ જ હું તને સાવ સાચી હકીકત જણાવવા માગું છું."

"તો શું તમે ટાગોર હૉલમાં જાહેરમાં બોલ્યા તે સત્ય નહોતું ?"

"ના... તે પણ અર્ધસત્ય જ હતું."

"વ્હોટ..." શ્રુતિએ આશ્ચર્ય વ્યક્ત કર્યું.

"હા, સુલેખાએ જ્યારે મને પુનિત પટેલની વાત કરી અને લગ્ન પછી પણ તેની સાથે જવાની ઇચ્છા વ્યક્ત કરી હતી ત્યારે મેં તેને

પાંચ દિવસ માત્ર અમાનતની જેમ જ રાખી હતી... પરાણે હું તેને મારી બનાવવા માંગતો પણ નહોતો. એટલા માટે જ જ્યારે પુનિત પટેલ તેને લઈ ગયો ત્યારે મેં આંખ આડા કાન જ કર્યા હતા. કારણ કે દરેક સાચા પ્રેમીનું સુખ સામેના પાત્રના સુખમાં જ સમાયેલું હોય છે અને હું તારી માને સુખી જોવા માંગતો હતો! અમેરિકા પહોંચ્યા પછી સુલેખાને ખ્યાલ આવ્યો હતો કે પુનિત પટેલે તેની સાથે દગો કર્યો હતો. તેને બીજી પત્ની પણ હતી જે અમેરિકામાં જ રહેતી હતી, પરંતુ સુલેખા માટે બહુ મોડું થઈ ચૂક્યું હતું. કારણ કે પોતાના એકતરફી પ્રેમને કારણે પુનિત પટેલને તેણે પોતાનું સર્વસ્વ સોંપી દીધું હતું. તારા જન્મ પછી દસેક વર્ષ પછી તેને કેન્સર થયું હતું અને તને તારી માસીને હવાલે કરીને તેણે આ ફાની દુનિયા છોડી દીધી હતી!"

"તો પછી અંત સમયે મમ્મીએ મારા ડેડી તરીકે તમારું નામ કેમ આપ્યું?"

"એટલા માટે બેટા કે પુનિતે તેની સાથે લગ્ન નહોતાં કર્યાં, પરંતુ તેને છેતરી હતી તેથી તેના પ્રત્યેની નફરત અને મારું મોટું મન જોઈને મારા પ્રત્યેના અહોભાવને કારણે તેણે મારું નામ તારા પિતા તરીકે આપ્યું હશે."

"આ બધું તમે કઈ રીતે જાણો છો?" શ્રુતિએ ફરીથી આશ્ચર્ય વ્યક્ત કર્યું.

"ત્રણેક માસ પહેલાં તું ભારત આવી ત્યારે તારી માસીએ ગમે ત્યાંથી મારી ભાળ મેળવીને મને એક પત્ર લખ્યો હતો..." પ્રોફેસરે ગળગળા થઈને ઝભ્ભાના ખિસ્સામાંથી કવર કાઢ્યું... "હું આ પત્ર સાથે લઈને જ ફરતો હતો, કારણ કે મને ખબર હતી કે તું ગમે ત્યારે મને મળવાની જ છો."

"તો પછી તમે મને જાહેરમાં પુત્રી તરીકે કેમ સ્વીકારી? તે વખતે તમે આ પત્ર બતાવીને મારી વાતનો વિરોધ કેમ ન કર્યો?"

"કારણ કે હું નહોતો ઇચ્છતો કે સુલેખાની પુત્રીનું નામ બદનામ થાય." પ્રોફેસરે ગળગળા અવાજે કહ્યું.

"તો તમે મારા ડેડી નથી... મારે પણ જાહેરમાં જ તમારી માફી માંગવી પડશે."

"એવું ન બોલ દીકરી... કોઈ પણ પુરુષના જીવનમાં સ્ત્રીના પ્રેમનું આગમન ચાર સ્વરૂપમાં થતું હોય છે... માતા... બહેન... પત્ની... અને પુત્રી... પ્રથમ ત્રણ સ્વરૂપના પ્રેમ બાબતે તો હું પહેલેથી જ અભાગિયો રહ્યો છું, પરંતુ આ છેલ્લે આવેલી તક દીકરીના સ્વરૂપવાળી છે. તેને હું જવા દેવા નથી માંગતો. જેણે આગલા દરેક જન્મમાં પુષ્કળ પુણ્ય કર્યાં હોય તેને જ ઈશ્વર દીકરીનો બાપ બનવાનું સૌભાગ્ય આપતો હોય છે !"

"પણ, તમે જાણો છો કે તમે ફિઝિકલી મારા પિતા નથી, છતાં મને દીકરી તરીકે સ્વીકારશો ?"

"હા. બેટા... ગમે તેમ તોય સુલેખા મારી પત્ની હતી જેનો મેં અગ્નિની સાક્ષીએ સ્વીકાર કર્યો હતો અને તેનું જ લોહી તારા શરીરમાં વહે છે ને ?"

'ઓહ... નો... ડેડી... આવું તો માત્ર ઇન્ડિયામાં જ બની શકે.' શ્રુતિ પંડ્યાસાહેબના પગમાં પડી ગઈ.

પ્રોફેસર પંડ્યાએ શ્રુતિને ઊભી કરીને આંખમાં આવેલાં આંસુને રોકીને ધીમેથી કહ્યું... "બેટા, મારા ક્લાસમાં પણ યુવાનોને હું એ જ સલાહ આપતો હોઉં છું કે જો લગ્ન એક જુગાર છે તો જિંદગી પણ એક જુગાર જ છે. કોઈને ક્યારેય જીવનની બાજીમાં ત્રણ એક્કા મળતા નથી હોતા અને મળેલાં પાનાંનો સ્વીકાર કરીને જ જીવનની બાજી જીતવાની હોય છે. આ સિવાય સુખી થવાનો અન્ય કોઈ માર્ગ જ નથી !" બાપ-દીકરીની આંખમાંથી વહેતી અશ્રુધારાના એકમાત્ર સાક્ષી સામે આવેલ ગાંધી આશ્રમમાં બેઠેલા સત્યના પૂજારીનો આત્મા પણ જાણે કે અશ્રુભીની આંખે આ દામ્પત્યગુરુને સલામ કરી રહ્યો હતો !

'વસંત અંક'
મુંબઈ સમાચાર, ૨૦૧૧

૧૧

અસ્તિત્વ

પિન્કીની સ્કૂલમાં આજે પૅરન્ટ્સ ડે હતો. મુંબઈની પ્રખ્યાત શાળાઓમાં પૅરેન્ટ્સ-ડેની સ્ટેજ પ્રોગ્રામ સાથે દબદબાપૂર્વક ઉજવણી થતી હોય છે. સરિતા દર વર્ષે પિન્કીની સાથે આ પ્રોગ્રામમાં અવશ્ય જતી. પિન્કી નાની હતી ત્યારે તો ઘણી વાર દરેક બાળકોનાં મમ્મી-પપ્પાને સાથે આવેલાં જોઈને નિસાસો નાખતી. તેને મનમાં ને મનમાં થતું કે કાશ મારાં પપ્પા ને મમ્મી સાથે રહેતાં હોત તો આજે તેઓ પણ અહીં ઉપસ્થિત હોત ! જ્યારે કોઈ પણ યુગલ એકાદ બાળક થયા પછી છૂટું પડી જતું હોય છે ત્યારે નિર્દોષ બાળકના ભાગે એક પ્રકારનો અજંપો આવતો હોય છે ! એક વાર પૅરેન્ટ્સ-ડેને દિવસે જ પિન્કી મમ્મીને પૂછી બેઠી હતી, “મમ્મી, મારા પપ્પા ક્યાં છે ?” સરિતાએ પિન્કીને છાતી સરસી લગાવીને આંખમાં આંસુ સાથે કહ્યું હતું, “બેટા, હું જ તારા પપ્પા છું અને હું જ તારી મમ્મી છું.” મમ્મીને રડતી જોઈને ત્યાર બાદ પિન્કીએ ક્યારેય પપ્પા બાબતે પૂછીને તેને દુઃખી નહોતી કરી. કોઈ પણ બાળકને જ્યારે બાળપણમાં

મા કે બાપ ગમે તે એકનો સહારો ન મળે ત્યારે તે નાની ઉંમરે જ પરિપક્વ થઈ જતું હોય છે!

સરિતા અને માલવ જ્યારે અલગ થયાં ત્યારે પિન્કી માત્ર બે જ વર્ષની હતી. માલવ અને સરિતા બંને અલગ-અલગ કૉલેજમાં લેક્ચરર હતાં... હાઈલી એજ્યુકેટેડ હતાં... કદાચ તેથી જ બંને કોઈ પણ મોટા ઝઘડા સિવાય ગ્રેસફુલી છૂટાં પડ્યાં હતાં. બંને વચ્ચેનો વૈચારિક મતભેદ ક્યારે ઇગો ક્લેશમાં પરિણમ્યો, તેનો તેમને ખ્યાલ નહોતો રહ્યો. કોઈ પણ નવપરિણીત યુગલ જ્યારે લગ્નજીવન કરતાં પર્સનલ ઇગોને વધારે મહત્ત્વ આપે છે ત્યારે એક જ પથારીમાં સૂતાં હોવા છતાં તેમના વચ્ચે માઈલોનું અંતર પડી જતું હોય છે! પિન્કીના જન્મ પછી માલવ અને સરિતા વચ્ચે પણ માનસિક અંતર વધતાં-વધતાં એટલું બધું વધી ગયું હતું કે તેઓ એકલાં ગમે તેટલી મોટી મુસાફરી કરી શકવા માટે તૈયાર હતાં, પરંતુ ડબલ બેડમાં બંને વચ્ચેની માત્ર એક ફૂટની દૂરી હતી તે દૂર કરવા માટે તૈયાર નહોતાં. આખરે બંનેએ ડીવોર્સ લેવાનું નક્કી કર્યું હતું. માત્ર વૈચારિક મતભેદને કારણે કૉર્ટ કોઈના ડીવોર્સ મંજૂર કરતી નથી, તેથી બંનેના વકીલોએ કૉર્ટમાં એકબીજા પર આક્ષેપો અને પ્રતિ આક્ષેપોનો ખેલ ખેલીને બંનેને કાયદેસર રીતે છૂટાં પડાવ્યાં હતાં!

સમય ઝડપથી પસાર થતો ગયો. પિન્કી હવે આઠમા ધોરણમાં પ્રવેશી ચૂકી હતી. મોસાળમાંથી તેને છૂટક-છૂટક જે માહિતી મળી હતી તે મુજબ મમ્મીની તેમના સાસરિયામાં કોઈ ગણતરી જ નહોતી. જુનવાણી સાસુ-સસરા પોતાનો દીકરો વહુનો ન થઈ જાય તેની સતત તકેદારી રાખતાં હતાં.

કોઈ પણ સ્ત્રી જ્યારે પરણીને સાસરે જાય ત્યારે ત્યાં સૌ કોઈ તેના અસ્તિત્વનો સ્વીકાર કરે તેવી તેની અપેક્ષા હોય છે. અન્ય કોઈ કદાચ ઓછો-વત્તો સ્વીકાર કરે તો તે ચલાવવા માટે તૈયાર હોય છે, પરંતુ જેના સહારે તેણે પોતાની જિંદગી દાવમાં લગાવી હોય તે પતિ જો તેના અસ્તિત્વને મહત્ત્વ ન આપે તો તેનું દિલ દુભાઈ જતું હોય છે. જેમ પાણીના બંધમાં પડેલ એક નાનકડું છિદ્ર તબાહી સર્જી શકે છે, તેમ

પતિ તરફથી મળતો તિરસ્કાર આખરે તો પતિ-પત્નીના લગ્નજીવનમાં તબાહી જ સર્જે છે. માલવ પણ પત્ની અને પૅરન્ટ્સ વચ્ચે તાલમેલ સાધવામાં નિષ્ફળ નીવડ્યો હતો. જેમ કોઈ પણ યુવાનના હૃદયમાં માતા-પિતાનું આગવું સ્થાન હોય છે, તેમ પત્નીનું પણ અલગ સ્થાન હોવું જોઈએ તે વાત માલવને સમજાવવામાં સરિતા પણ નાકામિયાબ રહી હતી. બંને તે વખતે એક વાત ભૂલી રહ્યાં હતાં કે લગ્નજીવનમાં જે પાણીએ મગ ચડે તે પાણીએ જ ચડાવવા પડતા હોય છે ! આખરે તેમના લગ્નજીવનનું ટાઇટેનિક મધદરિયે જ ડૂબી ગયું હતું !

સરિતા જ્યારે પિન્કીની સ્કૂલે પહોંચી ત્યારે સ્ટેજ પ્રોગ્રામનો સમય થઈ ગયો હતો. પ્રિન્સિપાલ સરિતાને એક લેક્ચરર તરીકે સારી રીતે ઓળખતા હતા અને સરિતા ડીવોર્સી છે, તે વાતથી પણ વાકેફ હતા. આખો હૉલ ભરાઈ ચૂક્યો હતો. આગળની હરોળમાં પ્રિન્સિપાલની બાજુમાં જ માત્ર એક સીટ ખાલી હતી. પ્રિન્સિપાલે સરિતાને આગ્રહ કરીને ત્યાં જ બેસાડી દીધી. દરેક બાળકો પોતપોતાની શક્તિ મુજબ પ્રોગ્રામ રજૂ કરતાં ગયાં. સરિતા કાગડોળે પિન્કીની સરપ્રાઇઝ આઇટમની રાહ જોઈ રહી હતી. આખરે એક-પાત્રીય અભિનય માટે પિન્કી માલવ શાહનું નામ ઘોષિત થયું. વિશાળ સ્ટેજ પર એકલી પિન્કી માઇક લઈને પ્રવેશી ત્યારે હૉલ તાળીઓથી છલકાઈ ગયો. સૌ કોઈ પિન્કીને એટલા માટે વધાવી રહ્યાં હતાં કે આટલી નાની બાળકીએ એક-પાત્રીય અભિનય કરવા માટે હિમ્મત બતાવી હતી... આ તાળીઓનો ગડગડાટ તેની હિમ્મતને દાદ આપવા માટેનો હતો.

સ્ક્રિપ્ટ પ્રમાણે પિન્કીએ મમ્મી, પપ્પા અને બાળકનો આબાદ અભિનય કર્યો હતો. કોઈ પણ યુગલે બાળકના જન્મ પછી ક્યારેય અલગ ન પડવું જોઈએ તેવી તેમાં સ્પષ્ટ અપીલ હતી. આવા યુગલના બાળકની મનોદશા કેવી હોય છે તેનો પણ તેમાં ચિતાર હતો ! સરિતા હવે મનોમન સમજી ગઈ હતી કે પિન્કી રિહર્સલ કરીને આવ્યા પછી પણ કેમ પોતાની આઇટમને સરપ્રાઈઝ આઇટમ તરીકે છુપાવતી હતી. પિન્કીનો છેલ્લો ડાયલૉગ પૂરો થયો એટલે તાળીઓના ગડગડાટ વચ્ચે

પ્રિન્સિપાલ સ્ટેજ પર પહોંચી ગયા. તેમણે સૌ કોઈના આશ્ચર્ય વચ્ચે જાહેરાત કરી કે પિન્કીએ મને કરેલી પર્સનલ રિક્વેસ્ટ મુજબ હું તેને ફરીથી માઇક સુપ્રત કરું છું... હવે તે જે કાંઈ કહેશે તે સ્ક્રિપ્ટ બહારનું હશે... તેની ઇચ્છા મુજબનું હશે. માઇક પિન્કીના નાનકડા હાથમાં આપીને પ્રિન્સિપાલ ત્વરિત ગતિએ પરત આવીને આગલી હરોળમાં બેસી ગયા. સૌ કોઈની આતુરતા વધી રહી હતી. સમગ્ર હૉલમાં ખરેખર પીનડ્રોપ સાઇલન્સ પથરાઈ ગઈ હતી.

પિન્કીનો નિર્દોષ અવાજ રેલાઈ ગયો હતો... "મમ્મી, આજે મારે તને કાંઈક કહેવું છે, હું માનું છું કે આજે હું જે કાંઈ છું તે માત્ર તારા અને તારા કારણે જ છું. પરંતુ એક વાત તો તારે પણ સ્વીકારવી પડશે કે મારું અસ્તિત્વ માત્ર તારા કારણે નથી... હા, તું સમજી ગઈ, મારો ઇશારો પપ્પા તરફ છે. સૉરી મમ્મી, જિંદગીમાં પહેલી વાર મેં તારાથી એક વાત છુપાવી છે, જે અત્યારે કહું છું... એકાદ માસ પહેલાં ફેસબુક દ્વારા મારો પરિચય પપ્પા સાથે થયો હતો. ધીમેધીમે અમે નિકટ આવતાં ગયાં. તેઓ પૂનામાં રહે છે... તેઓ P.hd. કરી રહ્યા છે... વેરી ઇન્ટરેસ્ટીંગ સબ્જેક્ટ "ઈશ્વરના અસ્તિત્વ" પર... મેં તેમને આખરે ગઈ કાલે જ મારી સાચી ઓળખાણ આપીને તેમને આંચકો આપ્યો હતો. સાથેસાથે આ પ્રોગ્રામમાં આવવાનું આમંત્રણ પણ આપ્યું હતું. જવાબમાં તેમણે લખ્યું હતું... હું મારી દીકરીને મળવા ચોક્કસ આવીશ... મમ્મી, પપ્પા મને અત્યારે હૉલમાં ક્યાંય દેખાતા નથી. મેં તો તેમનો ફોટો પણ માત્ર ફેસબુકમાં જ જોયો છે..." પિન્કીથી રડી પડાયું. એક નિર્દોષ બાળકની વ્યથા અને લાચારી જોઈને સૌ કોઈ રડી રહ્યાં હતાં ! સરિતા રડતી આંખે ઊભી થઈને સ્ટેજ તરફ જવા ગઈ ત્યાં જ પિન્કીએ 'પપ્પા... પપ્પા'ની બૂમોથી હૉલને ગજવી મૂક્યો. હા... છેલ્લી હરોળમાંથી ગ્રે કલરના સૂટમાં સજ્જ માલવ પણ સ્ટેજ તરફ ઝડપથી આવી રહ્યો હતો !

"પપ્પા, આજે તમારે મારા એક પ્રશ્નનો જવાબ ચોક્કસ આપવો પડશે."

"બોલ બેટા..." માલવે નીચેથી જ કહ્યું.

"મમ્મીનું અસ્તિત્વ તો તમે ન સ્વીકારી શક્યા, પરંતુ મારા અસ્તિત્વને કેમ ભૂલી ગયા? બાળક તો ભગવાનનું સ્વરૂપ હોય છે, તેવું અમારે ભણવામાં પણ આવે છે." પિન્કી રડમસ અવાજે બોલી ઊઠી.

માલવ પાસે કોઈ જવાબ નહોતો. તેની આંખમાંથી વહેતી અશ્રુધારા સાબિત કરી રહી હતી કે તે મા-દીકરી બંનેના અસ્તિત્વને હૃદયપૂર્વક સ્વીકારવા માટે તૈયાર હતો. પિન્કીની આંખમાંથી વહેતી અશ્રુધારા મમ્મી-પપ્પાના પર્સનલ ઇગોને ઉખાડીને ધરાશાયી કરી રહી હતી!

'વસંત અંક',
મુંબઈ સમાચાર, ૨૦૧૨

૧૨

અંતિમ ઇચ્છા

"કોનું કામ છે ભાઈ?" 'અર્પણ' બંગલાના મેઇન દરવાજાની બહાર ઊભેલા સિક્યુરિટી ગાર્ડે જ્યારે સંજયને રોક્યો, ત્યારે તે સહેજ થોથવાયો.

"મારે આ સંપેતરું શેઠ સુમનરાયને આપવાનું છે" સંજયે હાથમાં રહેલું નાનકડું બૉક્સ પૅકિંગ ગાર્ડને બતાવ્યું.

"પણ અત્યારે શેઠની તબિયત ખૂબ જ નાજુક છે માટે તમને મળી શકશે નહીં."

"પ્લીઝ, મને આ સંપેતરું તેમને હાથોહાથ આપવાનું કહેવામાં આવ્યું છે... મને અંદર જવા દો તો મહેરબાની..."

"સારું, તમે અંદર જાવ પણ તેમનો વધારે સમય લેશો નહિ." સિક્યુરિટી ગાર્ડે કડક સૂચના આપી.

સંજય વિશાળ તોતિંગ દરવાજાની અંદર પ્રવેશ્યો ત્યારે વિશાળ બગીચો અને ખુલ્લી જગ્યા જોઈને દંગ થઈ ગયો. આટલા વિશાળ બંગલાના માલિકનો દીકરો પોતાની સાથે પૂના યુનિવર્સિટીમાં ભણે છે અને તેની તેને જાણ સુધ્ધાં નથી તે બાબત પણ સંજયને અત્યારે અત્યંત આશ્ચર્યજનક લાગતી હતી! લગભગ

દશેક મિનિટ ચાલ્યા પછી બેઠા ઘાટના બંગલાના મુખ્ય પ્રવેશદ્વારમાં સંજય પ્રવેશ્યો. વિશાળ દીવાનખંડમાં આઠ-દશ સ્ત્રી-પુરુષો ગુસપુસ કરતાં બેઠાં હતાં. તેમાંની જ એક પ્રૌઢ વ્યક્તિએ સંજયને ઇશારાથી કોનું કામ છે... તેવી પૃચ્છા કરી. કોણ જાણે કેમ પણ જ્યારથી સંજય બંગલામાં પ્રવેશ્યો હતો ત્યારથી તેના આત્મવિશ્વાસમાં જાણે કે અનેકગણો વધારો થઈ ગયો હતો ! કોઈ અલૌકિક શક્તિ જાણે કે તેની હિમ્મતમાં વધારો કરી રહી હતી ! સંજયે તરત સુમનરાય શેઠને મળવાની ઇચ્છા વ્યક્ત કરી. પેલી પ્રૌઢ વ્યક્તિએ સંજયને ઇશારાથી ઉપરના ખંડમાં જવા માટે જણાવ્યું. ઉપરના ખંડમાં પ્રવેશતાં જ સંજય સમજી ગયો કે સુમનરાય શેઠના છેલ્લાં શ્વાસ ચાલી રહ્યા હતા... બાજુમાં માત્ર એક જ વ્યક્તિ ખુરશી ઉપર બેઠી હતી અને શેઠે તેનો હાથ જોરથી પકડી રાખ્યો હતો. સંજયને લાગ્યું કે ડૉક્ટરે જ કદાચ તમામને નીચે બેસવાની સૂચના આપી દીધી હોવી જોઈએ.

સુમનરાયે હાંફતાં-હાંફતાં ઇશારાથી સંજયને 'કોણ છો ?' તેવી પૃચ્છા કરી.

સંજયે ત્વરિત ગતિથી હાથમાં રહેલું બૉક્સ બતાવીને મોટેથી કહ્યું... "આ આપને અર્પણે મોકલાવ્યું છે... પૂના યુનિ.માં મને ગઈ કાલે સાંજે જ મળ્યો હતો." સુમનરાયે ઇશારાથી પેલી બાજુમાં બેઠેલી વ્યક્તિને બૉક્સ ખોલવાની સૂચના આપી. પેલાએ તરત બૉક્સ ખોલ્યું તો અંદરથી ગંગાજળની લોટી નીકળી. સુમનરાયે મોઢું ખોલ્યું અને પેલા ભાઈએ તરત જ તેમના ખુલ્લા મોઢામાં ગંગાજળ અર્પણ કર્યું અને કાચી સેકન્ડમાં જ શેઠે દેહત્યાગ કર્યો.

બંગલાના વાતાવરણમાં તરત જ ગરમી આવી ગઈ. સ્ત્રીઓનાં ડૂસકાં અને રુદનનો અવાજ ચાલુ થઈ ગયો. પ્રસંગની ગંભીરતાને ધ્યાનમાં રાખીને સંજય તરત જ ધીમેધીમે બહાર સરકી ગયો !

મુખ્ય દરવાજાની બહાર સિક્યુરિટી ગાર્ડ કોઈકની સાથે હિન્દીમાં વાત કરી રહ્યો હતો જેના ઉપરથી સંજયને ખ્યાલ આવ્યો કે દાદાજીની ઇચ્છા દવાખાનાના બદલે બંગલામાં જ મરવાની હતી તેથી બે દિવસ

પહેલાં તેમને બંગલામાં શિફ્ટ કર્યા હતા, પરંતુ તેમનો જીવ જતો નહોતો... ભગવાન જાણે તેમની અંતિમ ઇચ્છા શી હશે?

સંજય પણ ગંભીર થઈ ગયો હતો, વાતાવરણની ગમગીની જોઈને તેણે તરત જ બાઇક સ્ટાર્ટ કર્યું અને ઘર તરફ ભગાવ્યું.

સાંજે જ્યારે સંજય સ્તુતિને મળ્યો, ત્યારે તેણે સવારના આ આખા પ્રસંગનું અને વિશાળ બંગલાનું વિસ્તારપૂર્વક વર્ણન કર્યું. સ્તુતિ સંજયની સાથે જ સ્કૂલમાં ભણી હતી અને અત્યારે વડોદરાની કૉલેજમાં ભણતી હતી. સંજય મેડિકલના ત્રીજા વર્ષમાં હતો. બંનેની બાળપણની મૈત્રી કિશોરાવસ્થામાં પ્રવેશ્યા પછી ક્યારે પરિણયમાં પરિણમી તેનો બેમાંથી એકેયને ખ્યાલ નહોતો રહ્યો.

હા... બંને એકબીજાના ગાઢ પ્રેમમાં પડી ચૂક્યાં હતાં... બંને પક્ષે વડીલોને હજુ સુધી આ બાબતનો અણસાર સુધ્ધાં નહોતો.

બંગલાનું વર્ણન સાંભળીને સ્તુતિ પણ સ્તબ્ધ થઈ ગઈ હતી.

"સંજય... શું નામ કહ્યું તેં બંગલાનું?"

"અર્પણ... અને પેલું સંપેતરું મોકલાવનારનું નામ પણ અર્પણ..."

સ્તુતિએ હસતાં-હસતાં સંજયને બોલતો અટકાવતાં કહ્યું... "અરે ડફોળ એ છોકરાના નામ ઉપરથી જ બંગલાનું નામ પાડ્યું હશે! પણ તું એ અર્પણને ક્યારથી ઓળખે છે?"

"સ્તુતિ, તને નવાઈ લાગશે કે હું તેને ગઈ કાલે પ્રથમ વાર જ મળ્યો..." વાત કરતાં-કરતાં સંજય જાણે કે માત્ર ચોવીસ કલાક પહેલાંના ફ્લેશબેકમાં સરી પડ્યો...

કૉલેજ કેમ્પસમાં સૂર્યાસ્તનો સમય હતો... મેદાનમાં ખૂબ જ પાંખી હાજરી હતી. સંજય છેલ્લું પેપર આપીને હૉસ્ટેલ તરફ જઈ રહ્યો હતો ત્યારે પાછળથી તેને કોઈક બોલાવતું હોય તેવો ભાસ થયો. સંજયે તરત પાછળ જોયું તો સફેદ લેંઘા-ઝભ્ભામાં સજ્જ એક સોહામણો છોકરો ઊભો હતો.

'દોસ્ત, મારું નામ અર્પણ છે, હું ફાઇનલ યરમાં છું... અત્યારે ઉતાવળમાં છું તેથી સીધી કામની વાત કરું છું... તારે મારું એક કામ કરવાનું છે.'

સંજયને ખ્યાલ હતો કે આવતી કાલથી ફાઇનલ યરની પરીક્ષા શરૂ થવાની છે તેથી પેલાની ઉતાવળ તે સમજી શકતો હતો. સંજય હજુ કાંઈ પણ બોલવા જાય તે પહેલાં પેલાએ તેના હાથમાં એક નાનકડું બૉક્સ પકડાવી દીધું હતું... "દોસ્ત, આ તારે મારા દાદાજીને વડોદરા પહોંચાડવાનું છે."

"શું છે આમાં ?" સંજયે પૂછ્યું હતું.

"ચિંતા ન કર, બૉમ્બ નથી..." પેલાએ સ્મિત સાથે કહ્યું... દાદાજી માટે દવા છે.

"પણ તને કેવી રીતે ખબર પડી કે હું આજે જ વડોદરા માટે નીકળવાનો છું..." સંજયે આશ્ચર્ય વ્યક્ત કર્યું.

"વેરી સિમ્પલ દોસ્ત, આજે થર્ડ યરની પરીક્ષા પૂરી થઈ છે તેથી ગુજરાતના બધા સ્ટુડન્ટ્સ આજે જ નીકળી જાય ને ? વળી વડોદરાનો તો તું એકલો જ છે ને ?"

અર્પણની આંખની ચમક અને ચહેરા ઉપરના તેના આકર્ષક સ્મિતને કારણે તેનું વ્યક્તિત્વ એકદમ ચુંબકીય લાગતું હતું.

"પણ... એડ્રેસ ?" સંજયની નજર અર્પણના ચહેરા ઉપરથી હટી શકતી નહોતી.

"દોસ્ત, બૉક્સ ઉપર સ્ટીકર લગાવેલું જ છે." અર્પણે પહેલી વાર રહસ્યમય સ્મિત કર્યું.

સંજયે તરત બૉક્સ ઊંચું કરીને જોયું તો પૂરું એડ્રેસ હતું.

"ઓ.કે." સંજયે સંમતિ આપી એટલે અર્પણ ત્વરિત ગતિથી ત્યાંથી રવાના થઈ ગયો.

સંજયને પણ ખૂબ જ મોડું થતું હતું, કારણ કે ટ્રેન ઊપડવાના સમય આડે માત્ર દોઢ કલાક જ બાકી હતો અને આ સમયમાં જમવાનું, જેવું તેવું પૅકિંગ કરવાનું અને રેલવે સ્ટેશને પહોંચવાનું હતું.

સંજયને વિચારમાં ખોવાઈ ગયેલો જોઈને સ્તુતિએ તેની આંખ સામે ચપટી વગાડતાં-વગાડતાં કહ્યું... "હવે તું વર્તમાનમાં આવી જાય તો આપણા બંને માટે સારું."

"હા... સ્તુતિ, મને એમ થાય છે કે બિચારા અર્પણને પરીક્ષા પડતી મૂકીને દાદાજીને અગ્નિદાહ આપવા માટે વડોદરા આવવું પડ્યું હશે."

"હા... એ તો પ્લેનમાં આવી ગયો હશે... મોટાં બંગલાઓમાં રહેતા હોય તેમને માટે પ્લેનની ક્યાં નવાઈ હોય છે ?" સ્તુતિએ સંજયની વાતમાં સૂર પુરાવ્યો.

"સ્તુતિ, બીજી નવાઈ મને એ લાગી કે અમારી કૉલેજમાં જિન્સ સિવાય કોઈ સ્ટુડન્ટ દેખાય જ નહીં... અર્પણને દાદાજીના મૃત્યુનો અણસાર આવી ગયો હશે એટલે તેણે સફેદ લેંઘો-ઝભ્ભો પહોર્યાં હશે ?"

"બસ... બસ હવે તું વધારે વિચારવાનું રહેવા દે સંજય અને મારી ચિંતા કરે તો સારું..." સ્તુતિએ બાંકડા ઉપર બેઠાંબેઠાં જ સંજયના ખભા ઉપર માથું ઢાળી દીધું. દર વખતે સ્તુતિના વાળમાંથી આવતી મોગરાની સુવાસ સંજયને ઉત્તેજિત કરી દેતી, પરંતુ આજે સંજયના દિમાગમાં પેલો અર્પણ એવો છવાઈ ગયો હતો કે સ્તુતિના સ્પર્શનો કોઈ રોમાંચ જ નહોતો થતો.

"તું હવે મારી ચિંતા કરે તો સારું." સ્તુતિએ ફરીથી કહ્યું ત્યારે સંજય જાણે કે સફાળો જાગ્યો હોય તેમ બોલ્યો... "તારી વળી શી ચિંતા કરવાની છે મારે ?"

"સંજય કાલે સવારે તું તારાં મમ્મી-પપ્પા સાથે સાઉથના પ્રવાસે ઊપડી જવાનો છે ને ?"

"તો ?"

"તો એમ કે હવે આપણે ક્યારે મળીશું ?"

"બસ, પંદર દિવસનો પ્રવાસ છે, જે દિવસે સવારે વડોદરા પરત આવીશ તે જ દિવસે સાંજની ટ્રેન પકડવાની છે."

"એટલા માટે તો તને પૂછું છું કે આપણે ક્યારે મળીશું ?"

"તને મળ્યા વગર તો હું ન જ જઉં ને ડાર્લિંગ... તું રેલવે સ્ટેશન ઉપર આવી જજે..." સંજયે શરારતભર્યા સ્મિત સાથે જવાબ આપ્યો.

બંને પ્રેમીઓ છૂટાં પડ્યાં ત્યારે સૂર્યાસ્ત થઈ રહ્યો હતો. સંજયનો સાઉથનો પ્રવાસ ઝડપથી પૂરો થઈ ગયો હતો... પંદર દિવસ ક્યાં

નીકળી ગયા તેનો ખ્યાલ પણ નહોતો રહ્યો અને આખરે પૂના જવાની ઘડી આવી પહોંચી હતી.

ટ્રેન ઊપડવાને થોડી વાર હતી. બંને પ્રેમીપંખીડાં પ્લેટફૉર્મ ઉપર ડબ્બાની બરોબર સામે આવેલ રેસ્ટોરન્ટમાં છેલ્લાં એક કલાકથી બેઠાં હતાં. સ્તુતિ મૂડલેસ હતી... રડી-રડીને તેનો ચહેરો સૂઝી ગયો હતો!

સંજય પણ એકદમ ગંભીર થઈ ગયો હતો... "તારા પપ્પાને કેન્સર ડીટેક્ટ થયું છે તે ખૂબ જ દુઃખદ બાબત છે, સ્તુતિ... પણ તારી સગાઈ કરવાની જીદ મને સમજાતી નથી."

"કેમ તારાં મમ્મી-પપ્પાને તું નહીં સમજાવી શકે?"

"સ્તુતિ... એ વાત તો તદ્દન ગૌણ છે, તેઓ આપણા સંબંધનો વિરોધ કરશે જ નહીં તેની મને સંપૂર્ણ ખાતરી છે... પણ હજુ મને એક વર્ષ પછી ડૉક્ટરની ડિગ્રી મળશે, ત્યાર બાદ પોસ્ટ ગ્રેજ્યુએશન કરવાનું... આમાં હું સગાઈ કેવી રીતે કરું?"

"સંજય, જીવનમાં દરેક વસ્તુ આપણે ગોઠવેલા ક્રમમાં જ મળે તો પછી જીવનમાં પડકાર જેવું રહ્યું જ ક્યાં? વળી તું મારા પપ્પાનો તો વિચાર કર... તેમની આટલી નાનકડી અંતિમ ઇચ્છા આપણે પૂરી ન કરી શકીએ?"

"સ્તુતિ... મારા દિમાગમાં આ સગાઈવાળી વાત ખરેખર બેસતી નથી..." સંજયના અવાજમાં મક્કમતા હતી.

"સંજય, ઈશ્વર દરેક મરતા માણસની અંતિમ ઇચ્છા કોઈને કોઈ રીતે પૂરી કરતો જ હોય છે... પેલો તારી કૉલેજવાળો અર્પણ પૂનામાં ક્યાંથી ગંગાજળ લઈ આવ્યો હશે? વળી તેણે મોકલેલ ગંગાજળ પીધા પછી જ તેના દાદાજીનો જીવ ગયો ને?"

"ઓહ... શીટ, તું મારા જેવા મેડિકલ સાયન્સના સ્ટુડન્ટને આવી વાહિયાત વાતો સમજાવે છે?"

"કેમ... તે દિવસે તો તું પણ વિચારમાં પડી જ ગયો હતો ને?"

"ના... સ્તુતિ એવા કોઈ વહેમને કારણે હું વિચારમાં નહોતો પડ્યો, પરંતુ અર્પણનું વ્યક્તિત્વ જ એવું ચુંબકીય હતું કે જો તું તેને મળે તો

તું પણ તેના જ વિચાર કરતી થઈ જાય..."

"સંજય... અત્યારે તો તારે અને મારે બંનેએ મારા પપ્પાની ઇચ્છાનો જ વિચાર કરવાનો છે..." સ્તુતિ વધુ કાંઈ આગળ બોલે તે પહેલાં ટ્રેનને ગ્રીન સિગ્નલ મળી ગયું અને એન્જિને વ્હીસલ ઉપર વ્હીસલ વગાડવાનું શરૂ કરી દીધું. ઝડપથી સંજય સામે ઊભેલા રિઝર્વ્ડ ડબ્બામાં બેસી ગયો અને બારી પાસે જગ્યા લઈને તેણે તરત જ સ્તુતિને હાથ હલાવ્યો.

બંને વચ્ચેની વાત અધૂરી રહી ગઈ અને ગાડીએ ધીમેધીમે ગતિ પકડી. સ્તુતિ ક્યાંય સુધી ટ્રેનને જતી જોઈ રહી. પ્લેટફૉર્મ ઉપરની ભીડમાં જાણે કે તે એકલી પડી ગઈ હતી. તેની આંખમાં આંસુઓનું ઘોડાપૂર ઊમટ્યું... તેણે મનોમન ભગવાનને પ્રાર્થના કરી... "ગમે તે થાય પ્રભુ પણ સંજયનું મન પીગળે તેવું કાંઈક કરો... મારા પપ્પાનું મોત સુધારવાનું તમારા હાથમાં છે !"

* * *

સંજયનો ફાઇનલ યરનો આજે પ્રથમ દિવસ હતો... કૉલેજમાં પહોંચીને પહેલું કામ અર્પણને શોધીને તેને દાદાજીના અવસાન માટે દિલાસો આપવાનું હતું. પ્રિન્સિપાલના આદેશથી કૉલેજના તમામ વિદ્યાર્થીઓ વિશાળ સભાખંડમાં ભેગા થયા હતા. સંજયની આંખો અર્પણને શોધી રહી હતી. એકાએક તેનું ધ્યાન સ્ટેજ ઉપર ગયું... સુમનરાય શેઠનો ફુલસાઈઝનો ફોટો રાખેલ હતો. પ્રિન્સિપાલ સાહેબનો માઇક ઉપરથી ગંભીર અવાજ રેલાઈ રહ્યો હતો...

"સુમનરાય શેઠ આમ તો મૂળ અમદાવાદના હતા... ગુજરાતમાં આવેલ ધરતીકંપમાં તેમણે તેમનું કુટુંબ ગુમાવ્યું હતું, માત્ર તેમનો પૌત્ર અર્પણ જ બચી ગયો હતો, જે ત્યારે નાનો હતો... દાદાજી પૌત્રને લઈને ત્યાર બાદ વડોદરા સેટલ થયેલા અને ફિનિક્સ પંખીની જેમ ઊભા થઈને અઢળક આર્થિક સમૃદ્ધિ પ્રાપ્ત કરી હતી. તેઓ અર્પણને લઈને આપણી કૉલેજમાં ઍડ્મિશન માટે આવેલા ત્યારે તેમણે કૉલેજને જંગી રકમનું દાન આપેલું. ચાર વર્ષ પહેલાં અર્પણ જ્યારે આપણી કૉલેજમાં ફાઇનલ યરમાં હતો ત્યારે દાદાજીએ બંગલાનું મોટા પાયે વાસ્તુ રાખેલું...

અર્પણ વડોદરા જવા માટે નીકળ્યો હતો ખરો પણ હાઈવે ઉપર બસ અકસ્માતમાં તેનું કરુણ મોત થયું હતું... તે વખતે હું વડોદરા ગયો હતો... શેઠના શબ્દો આજે પણ મારા કાનમાં ગુંજી રહ્યા છે... 'સાહેબ, કોઈ પણ માણસ બંગલો બંધાવે તો પોતાના પિતા કે દાદાનું નામ રાખે પણ હું કેટલો કમનસીબ છું કે મારા મૃત પૌત્રની યાદમાં તેનું નામ રાખી રહ્યો છું...'

પ્રિન્સિપાલ સાહેબ ઢીલા પડી ગયા આગળ કશું બોલી શક્યા નહીં...

સંજયે સહેજ ઊંચા થઈને જોયું તો સ્ટેજ ઉપર બીજી બાજુ અર્પણનો હાર ચઢાવેલો ફોટો હતો... સંજય ફાટી આંખે અર્પણના ફોટાને તાકી રહ્યો... તેની આંખો પલકારા મારવાનું જાણે કે ભૂલી ગઈ હતી!

પ્રિન્સિપાલે સ્વસ્થ થયા પછી જાહેર કર્યું કે સુમનરાય શેઠે તેમની તમામ મિલકત આપણી કૉલેજને દાનમાં આપી દીધી છે... જ્યાં તેમનો વહાલસોયો લાડકો અર્પણ ભણતો હતો! આજે આપણે ખાસ તેમને અને તેમના પૌત્રને શ્રદ્ધાંજલિ અર્પવા માટે જ ભેગા થયા છીએ...

હવે સંજયને આગળ જાણે કે કાંઈ જ સંભળાતું નહોતું... તેની બુદ્ધિ બહેર મારી ગઈ હતી... હૃદય ધબકારા ચૂકી રહ્યું હતું. હૉલમાંથી બહાર આવીને તેણે પાણી પીધા પછી થોડી સ્વસ્થતા પ્રાપ્ત કરી અને પહેલું કામ સ્તુતિને મોબાઇલ પરથી ફોન લગાવવાનું કર્યું :

"હા... સ્તુતિ હું આજે જ વડોદરા માટે નીકળું છું. તારા પપ્પાને કહેજે હું સગાઈ માટે તૈયાર છું! અંતિમ ઇચ્છાનું મહત્ત્વ આજે મને સમજાઈ ચૂક્યું છે!"

'અભિયાન'
વાર્ષિક અંક, ૨૦૧૨

૧૩

બદલો

સૌરાષ્ટ્રના વખતગઢ પોલીસ- સ્ટેશનમાં આજે જ રામસિંહ જાડેજાએ સિનિયર પોલીસ ઇન્સ્પેક્ટર તરીકે ચાર્જ સંભાળ્યો હતો. કદાવર બાંધો અને છ ફૂટ હાઇટ ધરાવતા રામસિંહબાપુને રિટાયરમેન્ટના આડે ત્રણેક વર્ષ જ બાકી હતા. બાપુના ચહેરા પરની દરબારી ખુમારીમાંથી છલકાતી સ્ફૂર્તિ કોઈ પણ યુવાનને શરમાવે તેવી હતી. બાપુએ મોટી ઉંમરે લગ્ન કર્યાં હતાં. માત્ર પાંચ જ વર્ષના લગ્નજીવનમાં એક રતન જેવા દીકરાને જન્મ આપીને તેમની પત્ની ડિલિવરીમાં જ ગુજરી ગઈ હતી. બાપુના દીકરાને મોટો કરવામાં તેની દાદીનો સિંહફાળો હતો. બાપુને બીજાં લગ્ન કરવા માટે તેમની માએ ઘણું સમજાવ્યા હતા, પરંતુ અપરમા દ્વારા ભવિષ્યમાં પોતાના દીકરાને અન્યાય થાય તો દીકરો દુઃખી થાય તેના કરતાં બીજાં લગ્ન ન કરવાં જ સારાં તેવું બાપુનું સ્પષ્ટ મંતવ્ય હતું. રતન જેવા દીકરાનું નામ પણ રતનસિંહ જ રાખ્યું હતું. રતનસિંહ પણ કિશોરાવસ્થામાં જ તેના બાપની જેમ પાંચ હાથ પૂરો થઈ ગયો હતો. રતનની

દરેક ઇચ્છા પૂરી કરવાની બાપુની હંમેશાં દિલથી કોશિશ રહેતી હતી. ગ્રૅજ્યુએટ થયા પછી રતને માસ્ટર ડિગ્રી લેવા માટે ઑસ્ટ્રેલિયા જવા માટે ઇચ્છા વ્યક્ત કરી હતી. બાપુનું મન દીકરાને અળગો કરવાની નહોતી થતી, પરંતુ દીકરાના ઊજળા ભવિષ્ય માટે તેમણે નાછૂટકે રતનને પોતાનાથી અલગ કર્યો હતો, કારણ કે માત્ર બે વર્ષનો જ સવાલ હતો... પરંતુ કાળને કાંઈક અલગ જ વાત મંજૂર હતી. હા... બાપુનો દીકરો રતનસિંહ ઑસ્ટ્રેલિયામાં વંશીય હુમલાનો ભોગ બન્યો હતો. એકના એક દીકરાના મોતનો આઘાત બાપુ માટે અસહ્ય હતો. આ વાતને ત્રણ વર્ષ વીતી ગયાં હતાં, પરંતુ બાપુ હૃદયમાં પડેલા આ ઘાને દબાવીને જીવી રહ્યા હતા. પોલીસ ડિપાર્ટમેન્ટના ખૂબ જ બાહોશ પોલીસ અધિકારીને હવે પ્રમોશનમાં કે કરિયર બનાવવામાં કોઈ જ રસ રહ્યો નહોતો. નોકરીના બાકીનાં વર્ષો શાંતિથી પસાર થાય તે માટે તેમણે સામેથી જ પોતાના વતનની નજીક નાના સેન્ટરમાં ટ્રાન્સફર માંગી હતી. આમેય પ્રામાણિક હોવાને કારણે બાપુની ઘણી ટ્રાન્સફરો થઈ હતી... હા, જ્યાં-જ્યાં તેમણે કામગીરી બજાવી હતી ત્યાં ગુનેગારો રાડ બોલી જતા હતા અને પબ્લિકને ખૂબ જ સલામતીનો અહેસાસ થતો હતો. પોલીસ માત્ર પ્રજાના રક્ષણ માટે જ છે તેવા જીવનમંત્ર સાથે જીવતા બાપુની અંગત જિંદગીના દુઃખથી બહુ ઓછા લોકો માહિતગાર હતા, કારણ કે ગમે તેમ તોય બાપુ સિંહ જેવા હતા અને સિંહ ક્યારેય પોતાનાં આંસુને બહાર આવવા દેતો નથી!

બાપુના આગમનથી આખા પંથકમાં પોલીસની ઇમેજ વધારે ઊજળી બનશે તેવો આશાવાદ દરેક કર્મચારીના ચહેરા પર દેખાઈ રહ્યો હતો. આજે બાપુ હાજર થયા હતા તેથી નીચેનો સ્ટાફ પણ ખુશ હતો, કારણ કે બાપુના નામ અને કામથી સૌ કોઈ માહિતગાર હતા. આજે પોલીસસ્ટેશનમાં જેટલા નવા કેસ આવતા હતા તેની કાર્યવાહી કરવામાં પણ નીચેના સ્ટાફની સ્ફૂર્તિ સ્પષ્ટપણે દેખાઈ રહી હતી... ત્યાં જ એક અસ્તવ્યસ્ત વાળ અને જૂનો સાડલો પહેરેલી જીવી પોલીસસ્ટેશનમાં આવી પહોંચી. બહાર હવાલદારે તેને રોકવાની કોશિશ કરી જોઈ, પરંતુ

હવાલદારની અને જીવીની રકઝક કેબિનમાં સાંભળી ચૂકેલા બાપુએ જીવીને અંદર લાવવાનો હવાલદારને આદેશ આપ્યો.

"સાહેબ, તમારું ઘણું નામ સાંભળ્યું છે, મારો સોમુ બારેક વર્ષ પહેલાં શિવરાત્રીના મેળામાં ગુમ થઈ ગયો છે... આજ સુધી મળ્યો નથી." જીવી છૂટા મોંએ રડી પડી.

જીલુભા હવાલદારે સાહેબને માહિતી આપતાં કહ્યું... "આ બાઈ સાચું બોલે છે, તેની FIR પોલીસના ચોપડે છે. દીકરાના વિયોગના દુઃખમાં જ જીવી અર્ધપાગલ જેવી થઈને આખા ગામમાં ફરે છે. મહિને બે મહિને એકાદવાર અહીં પણ પૂછપરછ કરવા માટે આવે છે."

"જીવી, તારી પાસે તારા સોમુનો ફોટો છે ?" બાપુ જાણતા હતા કે પોલીસસ્ટેશનમાંથી આટલો જૂનો રેકોર્ડ કઢાવવા કરતાં જીવી પાસેથી ફોટો મેળવી લેવાનો ટૂંકો અને સરળ માર્ગ છે.

જીવીએ તરત પોતાનું નાનકડું પોટલું ખોલીને સોમુનો ફોટો બાપુને આપ્યો. બાપુ નવેક વર્ષના બાળકના ફોટાને ઝીણવટપૂર્વક જોઈ રહ્યા.

"જીવી, હવે તો તારો સોમુ જુવાન થઈ ગયો હશે, તું તેને કઈ રીતે ઓળખી શકીશ ?"

"સાહેબ, મારા સોમુના જમણા ખભે 'ઓમ્' લખ્યાનું નિશાન છે."

બાપુ સમજી ગયા કે આ ગાંડા જેવી લાગતી જીવીની સમજણ તો યથાવત છે, માત્ર દીકરો ન મળી શકવાના કારણે તેની માનસિક સ્થિતિ ડામાડોળ દેખાય છે.

"જીવી, હવે તારા સોમુને ગોતવાની જવાબદારી મારી" બાપુનો પહાડી અવાજ તેમની કેબિનમાં ગુંજી ઊઠ્યો, જે આત્મવિશ્વાસથી છલકાતો હતો.

જીવી બાપુના પગમાં પડી ગઈ. જીવીને સાંત્વન મળેલું જોઈને બાપુને પણ સંતોષ થયો. એકાદ માસમાં તો બાપુ નવા ઠેકાણે સેટ થઈ ગયા. લગભગ ગામમાં બધાને ઓળખતા થઈ ગયા.

એક વાર બાપુ રાઉન્ડમાં નીકળ્યા હતા ત્યારે જીવીની ખોલીમાં પણ ગયા હતા. જીવીને તો જાણે કે શબરીના ઘરે રામ પધાર્યા હોય તેવો ઘાટ થયો હતો. જીવીને હવે બાપુ પર સંપૂર્ણ ભરોસો હતો કે, આ સાહેબ ગમે તેમ કરીને તેના સોમુને શોધી કાઢશે.

બીજે જ દિવસે બાપુ પોલીસસ્ટેશનમાં જ હતા, ત્યારે જીલુભા હવાલદાર બાવીસેક વર્ષના એક યુવાનને પકડી લાવ્યો.

"સાહેબ, આ છોકરો ડેમમાં આપઘાત કરવા માટે કૂદી રહ્યો હતો ત્યારે મેં તેને પકડી પાડ્યો."

બાપુએ કરડાકીથી પેલા યુવાન સામે જોઈને પૂછ્યું... "કેમ અલ્યા શું નામ છે તારું ? આપઘાત કરવો તે ગુનો બને છે તેની તને ખબર નથી ?"

"સાહેબ, મારું નામ સોહન છે... હું જેને ચાહતો હતો તેણે બીજે લગ્ન કરી લીધું છે, હવે આ દુનિયામાં મારું કોઈ જ નથી."

"કેમ તારાં મા-બાપ ?"

"સાહેબ, હું તો અનાથ છું. બાજુના ગામના અનાથાશ્રમમાં જ મોટો થયો છું. દશમા સુધી ભણ્યો છું, નોકરી ક્યાંય મળતી નહોતી. એવામાં સરલા સાથે પ્રેમ થઈ ગયો, પણ સરલાએ મને દગો દીધો. મને તરછોડીને તેણે મુંબઈના મુરતિયાને અપનાવી લીધો."

"મૂરખ, એ છોકરી ડાહી કહેવાય, બેકાર છોકરા સાથે કોણ લગ્ન કરે ? હવે ધ્યાનથી મારી વાત સાંભળ, બધું ભૂલીને નવેસરથી જીવવાનું શરૂ કરી દે." બાપુના અવાજમાં આદેશનો સૂર હતો.

"પણ, સાહેબ... નોકરી ?"

"નોકરી તો હું તને લક્ષ્મીચંદ ઝવેરીને ત્યાં અપાવી દઈશ. ગઈ કાલે જ તેનો માણસ ચોરી કરતાં પકડાયો છે તેથી તેમને માણસની જરૂર છે, તેની મને ખબર છે." બાપુના અવાજમાં ભળેલી સહાનુભૂતિની અસર જાણે કે પેલા યુવાન પર પડી હતી... તે સીધો બાપુના પગમાં પડી ગયો. હવાલદાર સાથેની ઝપાઝપીમાં તેનું શર્ટ પણ ફાટી ગયું હતું, પરિણામે તેના જમણા ખભા પરનું "ઓમ્"નું નિશાન સ્પષ્ટપણે દેખાઈ રહ્યું હતું. બાપુ ચમક્યા. તેમણે તરત જીલુભાને કહ્યું, "આ છોકરો ચોક્કસ પેલી જીવીનો જ છે, જો તેના જમણા ખભા પરનું નિશાન." જીલુભા તરત દોડીને જીવીને બોલાવી લાવ્યો. મા-દીકરાનું સુભગ મિલન પોલીસસ્ટેશનમાં જ થયું અને સમગ્ર પોલીસ સ્ટાફ ભીની આંખે તે દૃશ્યનો સાક્ષી બની રહ્યો.

*

ત્રણેક દિવસ પછી રામસિંહબાપુ વલસાડની જેલમાં જેલ સુપરિન્ટેન્ડન્ટ રાણાસાહેબની કેબિનમાં બેઠા હતા. રાણાસાહેબ રામસિંહબાપુના અંગત મિત્ર હતા અને સજા પૂરી કરી ચૂકેલા કેદીઓને નવેસરથી જીવન જીવવા માટે હંમેશાં મદદ કરતા. મહિના પહેલાં વખતગઢમાં હાજર થતા પહેલાં બાપુ જ્યારે રાણાસાહેબને મળવા આવ્યા હતા ત્યારે તેમની નજર એક યુવાન છોકરા પર સ્થિર થઈ ગઈ હતી. હા... તે સોહન જ હતો. બિલકુલ બાપુના મૃત દીકરા રતનસિંહની આબેહૂબ પ્રતિકૃતિ જેવો. સોહનને જોઈને બાપુની આંખમાં ચમક આવી ગઈ હતી. તેમણે રાણાસાહેબને સોહન વિશે પૂછપરછ કરી તો જાણવા મળ્યું હતું કે સોહન કોઈ રીઢો ગુનેગાર નહોતો. થોડાંક વર્ષો પહેલાં તેની બહેનની ઇજ્જત બચાવવા જતાં રેપ કરનારને તેણે કૂવામાં ધકેલી દીધો હતો. જેને પરિણામે પેલો ગુનેગાર મરી ગયો હતો. સોહનની ચાલ-ચલગત અને વર્તણૂક આખી જેલના તમામ કેદીઓમાં સૌથી સારી હતી. તેની સજા મહિના પછી પૂરી થવાની હતી. રામસિંહબાપુએ રાણાસાહેબને વચ્ચે રાખીને સોહનને દીકરા તરીકે અપનાવવાનું નક્કી કરી નાખ્યું હતું... બસ માત્ર મહિનાનો જ સવાલ હતો. રાણાસાહેબે પણ બાપુને જણાવ્યું હતું કે સોહન જેલમાંથી છૂટશે એટલે તેને તેઓ વખતગઢ બાપુ પાસે મોકલી આપશે.

અત્યારે બાપુ આવ્યા ત્યારથી ઊંડા વિચારમાં હતા તેથી રાણાસાહેબે જ વાતની શરૂઆત કરી :

"બાપુ, સોહન આપની પાસે પહોંચી તો ગયો છે ને ?"

"હા, રાણાસાહેબ તે સમયસર પહોંચી જ ગયો હતો... પણ..."

"પણ શું ?"

"રાણાસાહેબ, મારા કરતાં એક નિરાધાર વિધવાને દીકરાની વધારે જરૂર હતી, તેથી મેં સોહનની ઓળખાણ તેના દીકરા તરીકે કરાવીને તેને સોંપી દીધો."

"પણ, બાપુ પેલી બાઈને શંકા ન પડી ?"

"ના... રે... ના... કારણ કે સોહન જ્યારે આગલા દિવસે મારા ઘરે

મને મળ્યો ત્યારે મેં તેને પેલી બાઈના દુઃખ દર્દ વિશે માહિતગાર કરી દીધો હતો. મેં સોહનના જમણા ખભા પર ઓમનું નિશાન ચીતરાવીને બીજે દિવસે કોઈને પણ શંકા ન જાય તે રીતે સોહનની એન્ટ્રી પોલીસ સ્ટેશનમાં નાટ્યાત્મક રીતે કરાવી હતી... બંને મા-દીકરાનું મિલન પણ સમગ્ર પોલીસ સ્ટાફ વચ્ચે જ કરાવ્યું હતું."

"બાપુ, એ વાત તો સમજાય તેવી છે કે સોહનને તો નવી જિંદગી ગમે ત્યાં શરૂ કરવાની જ હતી... પરંતુ તમે તો વારસદાર ગુમાવ્યો ને ?"

"ના, રાણાસાહેબ, હજુ પણ હું વીલમાં મારી જમીન જાયદાદ સોહનના નામે જ કરવાનો છું, કારણ કે સોહનમાં મને મારો રતનસિંહ દેખાય છે... વળી પેલી બાઈ પણ એકદમ ગરીબ છે." બાપુના અવાજમાં સહાનુભૂતિ હતી.

"વાહ, બાપુ વાહ, ધન્ય છે... તમે તો પેલી બાઈ માટે ભગવાન બનીને જ વખતગઢમાં ચાર્જ સંભાળ્યો કહેવાય." રાણાસાહેબે બાપુની પ્રશંસા કરી.

"ભગવાન તો નહીં, પરંતુ માણસ બનીને રહી શકાય તોપણ સારું..." બાપુએ આગળનું વાક્ય ગળી જઈને રાણાસાહેબની રજા લીધી.

બહાર આવીને પેલું અધૂરું વાક્ય બાપુએ વ્યથિત મને પૂરું કર્યું... "હું શું કોઈનો ભગવાન બનવાનો હતો... કાશ, તે શિવરાત્રીની સાંજે દારૂના નશામાં મેં જીપ ન ચલાવી હોત તો પેલો બાળક જેનો કોઈ જ વાંક નહોતો તે મારી જીપ નીચે કચડાઈ ન ગયો હોત ! અકસ્માત પછી નશો ઊતરતા મેં તરત જ કોઈને ખબર ન પડે તે રીતે બાજુના ખાડામાં તેને દાટી દીધો હતો ! તે વખતે તેના ખભા પરનું ઓમનું નિશાન હું આજ સુધી ભૂલી શક્યો નથી. જૂઠનો સહારો લઈને પણ મેં તો માત્ર પેલી દુઃખી બાઈને બદલો વાળવાની જ કોશિશ કરી છે !"

'દિવ્ય ભાસ્કર', તા. ૭-૮-૨૦૧૨
'જનકલ્યાણ' એપ્રિલ, ૨૦૧૩

૧૪

વૅન્ટિલેટર

આજે 'પિતૃછાયા' બંગલામાં શોકમગ્ન વાતાવરણ ધુમ્મસની જેમ છવાઈ ગયું હતું. બંગલાના વિશાળ પ્રાંગણમાં વસંતરાયનો હાર ચડાવેલો ફોટો ટેબલ પર રાખવામાં આવ્યો હતો. ફોટા પાસે પ્રગટાવેલી અગરબત્તીની સુવાસ અને સીડીપ્લેયર પર ધીમા અવાજે વાગી રહેલી રામધૂન વાતાવરણને પવિત્ર કરી રહી હતી. વસંતરાયના ફોટાની બાજુમાં તેમના ત્રણેય દીકરા બેઠા હતા જ્યારે બીજી બાજુ સફેદ વસ્ત્રોમાં સજ્જ થઈને તેમની ત્રણેય વહુઓ બેઠી હતી.

કોઈ પણ માણસ કેવું જીવન જીવ્યો છે, તેનો અંદાજ તેના બેસણામાં કેટલા માણસોની હાજરી છે, તેના પરથી આવી શકતો હોય છે. વસંતરાયના બેસણામાં પણ માનવમહેરામણનો અવિરત પ્રવાહ ચાલુ હતો. સૌ કોઈ ધીમા પગલે ફોટા પાસે આવીને પુષ્પ અર્પણ કરતા હતા. ત્રણેય દીકરાઓ અને વહુઓ બંને હાથ જોડીને આવનાર વ્યક્તિની લાગણીને ઝીલતાં હતાં.

વસંતરાયનો આત્મા જાણે કે અત્યારે તેમના જીવંત લાગતા ફોટામાં

આવીને બેસી ગયો હતો અને આખા દૃશ્યને તેમની આંખોમાં કેદ કરી રહ્યો હતો.

વસંતરાય જીવનના આઠ દાયકાની સફર પૂરી કર્યા બાદ પરલોક સિધાવ્યા હતા. અનાથ વસંતરાય દેવકીને પરણીને ભાડાના મકાનમાં લાવ્યા હતા, પરંતુ દેવકીનું તેમના જીવનમાં આગમન સાચા અર્થમાં વસંતનું આગમન સાબિત થયું હતું. દેવકીના પગલાં વસંતરાય માટે એટલાં બધાં શુકનિયાળ સાબિત થયાં હતાં કે માત્ર ત્રણ જ વર્ષના ગાળામાં વસંતરાયે ધંધામાં અઢળક કમાણી કરી હતી અને અઠ્ઠાવીસ વર્ષની ઉંમરે તો તેમણે આ વિશાળ બંગલો ખરીદવાનું સાહસ કરી નાખ્યું હતું.

આ જ બંગલામાં ત્રણેય દીકરાઓના જન્મ, જનોઈ, લગ્ન તથા દીકરાઓના ઘરે પણ પારણાં બંધાવાના શુભપ્રસંગો ઊજવાયા હતા. છેલ્લે ત્રણેક વર્ષ પહેલાં દેવકીના અવસાનના દુઃખદ બનાવનો પણ આ જ બંગલો સાક્ષી બની રહ્યો હતો !

વર્ષો પહેલાં મોટા દીકરા મેહુલે વસંતરાયને પૂછ્યું હતું : "પપ્પા, તમે ખૂબ જ મહેનત કરીને જાતે કમાઈને આ બંગલો બાંધ્યો છે, તો પછી તેનું નામ 'પિતૃછાયા' કેમ રાખ્યું છે ?"

"મેહુલ, તું એમ માને છે કે બાપદાદા તરફથી મોટો દલ્લો મળે અને તે પૈસામાંથી બંગલો બાંધવામાં આવે તેનું નામ જ 'પિતૃછાયા' રાખી શકાય ?" વસંતરાયે દીકરાને ધારદાર પ્રતિપ્રશ્ન કર્યો હતો.

મેહુલને વિચારમાં પડી ગયેલો જોઈને વસંતરાયે તેને શાંતિથી સમજાવ્યું હતું...

"મેહુલ, સ્વપાર્જિત શબ્દ કાયદાનો છે... લાગણીનો નથી."

"એટલે ?"

"એટલે એમ કે ભલે આ બંગલો મેં આપકમાઈથી બનાવ્યો હોય, પરંતુ હું તો ચોક્કસ માનું છું કે વડીલો અને પિતૃઓના આશીર્વાદ વગર આ શક્ય ન જ બની શકે, તેટલા માટે જ આપણા બંગલાનું નામ રાખ્યું : 'પિતૃછાયા'"

"હા, પપ્પા, તમારી વાત સાચી છે. કોઈ પણ વ્યક્તિની પ્રગતિમાં

તેનાં વડીલોના આશીર્વાદ હંમેશાં ભળેલા હોય છે." મેહુલે વસંતરાયની વાતમાં સૂર પુરાવ્યો હતો.

જોગાનુજોગ બાપ-દીકરાનો આ સંવાદ થયો ત્યારે વસંતરાયના અંગત મિત્ર છબીલદાસ હાજર હતા. બાપ-દીકરાનો એક સૂર જોઈને તેઓ પણ રાજી થયા હતા. છબીલદાસ આમ તો લંડનમાં સ્થાયી થયા હતા, પરંતુ બે-ચાર વર્ષે ઇન્ડિયા આવે ત્યારે વસંતરાયની અવશ્ય મુલાકાત લેતા.

"વસંત, તું ખરેખર નસીબદાર છે... તમારે બાપ-દીકરા વચ્ચે જનરેશન ગૅપ જેવું બિલકુલ નથી."

વસંતરાય મંદમંદ હસ્યા. થોડી વાર પછી મેહુલ કોઈક કામસર ઉપરના માળે ગયો એટલે વસંતરાયે છબીલદાસની વાતનો તંતુ સાધ્યો...

"કેમ તમારે લંડનમાં કેવું હોય છે ?"

"વસંત, લંડનમાં તો છોકરો ચૌદ વર્ષનો થાય એટલે અલગ ફ્લૅટ લેવાનું સ્વપ્ન જોતો થઈ જાય છે. પશ્ચિમનું કલ્ચર જ એવું છે કે જે ઘરમાં દીકરી દેવાની હોય ત્યાં જમાઈનું અલગ મકાન છે કે નહીં તે પહેલાં જોવામાં આવે છે."

"શી વાત કરે છે ?" વસંતરાયે આશ્ચર્ય વ્યક્ત કર્યું હતું.

"હા, ત્યાં આપણા દેશ જેવી સંયુક્ત કુટુંબની ભાવના જ નથી. જોકે હવે તો અહીં દેશમાં પણ ધીમેધીમે પશ્ચિમની અસર જોવા મળે જ છે ને ?"

"છબીલ, તારી વાત થોડેઘણે અંશે સાચી છે, પરંતુ મારા ત્રણમાંથી એકેય દીકરા મારું વેણ ક્યારેય ઉથાપે જ નહીં." વસંતરાયે ગર્વથી કહ્યું હતું.

"દોસ્ત, તારી વાત સાચી છે, પરંતુ તેમ છતાં તને એક વણમાગી સલાહ આપું છું કે ગમે તેવા સંજોગો ઊભા થાય, પરંતુ આ 'પિતૃછાયા'ને ક્યારેય વેચતો નહીં, કારણ કે ઘડપણમાં આવી મહામૂલી મિલકત જ સાચી મૂડી સાબિત થતી હોય છે."

"છબીલ, મારી સાચી મૂડી તો મારા ત્રણેય દીકરા જ છે, ત્યાર

પછી 'પિતૃછાયા'. " વસંતરાયે છબીલદાસની વાત કાપતાં કહ્યું હતું.

છબીલદાસ ચૂપ થઈ ગયા, પરંતુ તેમના મનમાં તો રમી જ રહ્યું હતું કે જ્યારે માણસ અંગત સંબંધ માટે અભિમાન રાખતો હોય છે ત્યારે તેને ક્યારેક તે અંગત સંબંધ જ રડાવતો હોય છે !

છબીલદાસના મોઢાના હાવભાવ વસંતરાય તરત કળી ગયા તેથી તેઓ પણ મનમાં જ બોલ્યા... "ભાઈ, આ તારું લંડન નથી. અહીં બાળકો મા-બાપને ભગવાન કરતાં પણ વિશેષ માનતાં હોય છે !"

સમયનું ચક્ર ફરતું ગયું. વસંતરાય પ્રૌઢમાંથી વૃદ્ધ બની ગયા.

દેવકી હતી ત્યાં સુધી તો તેણે પરિવારના સભ્યોની એકસૂત્રતાને ઘણી સારી રીતે સાચવી રાખી હતી. ત્રણેય દીકરાઓ, વહુઓ અને તેમનાં ભૂલકાંઓ ખૂબ જ વિનયપૂર્વક વર્તતાં હતાં. પરંતુ દેવકીનું અવસાન થયું અને જાણે કે 'પિતૃછાયા'ના વાતાવરણને ગ્રહણ લાગી ગયું. હવે વહુઓ માનમર્યાદાના ઉંબરા ઓળંગવા લાગી હતી. પહેલાં દરરોજ રાત્રે ડાઇનિંગ ટેબલ પર આખો પરિવાર સાથે જમવા બેસતો હતો. હવે સાથે જમવાનો નિયમ તૂટ્યો હતો. વસંતરાયની થાળી તેમના રૂમમાં પહોંચાડવામાં આવતી હતી.

વસંતરાયે નોંધ્યું કે જે દીકરાઓ પાછળ તેમણે સમગ્ર જીવન સમર્પિત કરી દીધું હતું, તેમની પાસે હવે બાપ માટે બિલકુલ સમય નહોતો.

વસંતરાયના બે દીકરાઓએ ધંધામાં ખૂબ જ પ્રગતિ કરી હતી, જ્યારે એક દીકરો શહેરની જાણીતી ફર્મમાં ઉચ્ચ હોદ્દા પર હતો.

એકાએક વસંતરાયને મોતિયાનું ઑપરેશન કરાવવાનું થયું, ત્રણેય દીકરાઓના સમયના અભાવે ઑપરેશન પાછું ઠેલાતું જતું હતું. આખરે એક વાર કંટાળીને વસંતરાય ડ્રાઇવરને લઈને સીધા આંખના સર્જન પાસે પહોંચી ગયા. મોટી વહુને જાણ થઈ એટલે તેણે તરત બધાને દવાખાને દોડાવ્યા અને સમય સચવાઈ ગયો હતો.

વસંતરાય હવે ફક્ત નામના જ ઘરના વડીલ રહ્યા હતા. સમગ્ર પરિવારમાં તેઓ બિલકુલ હાંસિયામાં ધકેલાઈ ગયા હતા. ખાલીપો અને એકલતા જાણે કે તેમના અંગત સ્વજન બની ગયાં હતાં.

'પિતૃછાયા' તેમના નામે હતો તેથી હજુ દીકરાઓ તેમને થોડુંક માન આપતા હતા. જોકે બાપનું કોઈ પણ પ્રકારનું સૂચન માનવા માટે તેઓ હરગિજ તૈયાર નહોતા. બે પેઢી વચ્ચેનો જનરેશન ગૅપ મોટો થતો જતો હતો. બાપ સામે દલીલ કરવાનો દીકરાઓ જન્મસિદ્ધ અધિકાર માનવા લાગ્યા હતા.

એક વાર વચેટ દીકરો મનન કોઈક ગોળી લઈ રહ્યો હતો.

"કેમ... મનન, તબિયત બરોબર નથી ?" વસંતરાયે સહાનુભૂતિપૂર્વક પૂછ્યું હતું.

"પપ્પા. બ્લડપ્રેશરની ગોળી લઉં છું. લાઈફ એટલી બધી સ્ટ્રેસફુલ થઈ ગઈ છે કે વાત ન પૂછો... જોકે મારી ચિંતાનો તમને તો ક્યાંથી ખ્યાલ આવે ?"

"કેમ, તારે વળી શી ચિંતા છે? ભગવાનની કૃપાથી તારે તો નોકરી પણ સારી છે."

મનન એકદમ ગુસ્સે થઈ ગયો... "પપ્પા, શેની ચિંતા નથી તે પૂછો... અને મને એકલાને જ નહીં, ચાલીસીએ પહોંચેલ કોઈ પણ વ્યક્તિને પૂછશો તો તે સ્ટ્રેસમાં જ જીવતી હશે."

"મનન, મને કાંઈ સમજાયું નહીં !" વસંતરાય આશ્ચર્યથી દીકરાને તાકી રહ્યા.

"હું તમને સમજાવું પપ્પા," નાનો દીકરો સ્પંદન તેના ભાઈ મનનની મદદ કરવા માટે વકીલની અદાથી આગળ આવીને બોલ્યો... "નોકરી કરતા હોય તો બૉસનું ટૅન્શન, ધંધો કરતા હોય તો ઉઘરાણીનું ટૅન્શન, બાળકો બોર્ડમાં ભણતા હોય તો તેના રિઝલ્ટનું અને ઍડ્મિશનનું ટૅન્શન, પત્નીનો મૂડ સાચવવાનું ટૅન્શન અને જો સંયુક્ત કુટુંબમાં રહેતા હોઈએ તો વડીલોના ઘડપણને સાચવવાનું વધારાનું ટૅન્શન."

નાનો દીકરો સ્પંદન વધારાનું ટૅન્શન એવા હાવભાવ સાથે બોલ્યો કે જાણે તેને અત્યંત અણગમતી જવાબદારી વેંઢારવી પડતી હોય !

"બસ દીકરા, તમારી આખી પેઢીની સમસ્યા મને સમજાઈ ગઈ." વસંતરાયે વાત પતાવવાના ઇરાદાથી કહ્યું.

બંને દીકરાઓ વાત પતાવવાના મૂડમાં નહોતા, તેઓ તો તેમની આખી પેઢીનું પ્રતિનિધિત્વ કરવાના મૂડમાં આવી ગયા હતા.

"પપ્પા, અમારી પેઢીને જશ તો ક્યારેય મળે જ નહીં. જો મા-બાપનું થોડુંક વધારે ધ્યાન રાખવા જઈએ તો માવડિયા કહેવાઈએ અને જો પત્નીને સાચવવા જઈએ તો વહુઘેલા કહેવાઈએ." સ્પંદન અને મનને એક સૂરમાં કહ્યું.

બંને દીકરાઓનો આક્રોશ સાંભળીને વસંતરાયને છેલ્લા થોડા સમયથી વહુઓ દ્વારા થતી તેમની અવગણના યાદ આવી ગઈ. દીકરાઓ અત્યારે વહુઓની જ ભાષા બોલે છે, તે વાત તેમના મનમાં સ્પષ્ટ થઈ ગઈ.

વસંતરાયની આંખમાં આંસુનાં તોરણ બંધાયાં... તેમનાથી સામેની દીવાલ પર લગાવેલ દેવકીના ફોટા સામે જોવાઈ ગયું. દેવકી જાણે કે ફોટામાંથી કહી રહી હતી... "તમને મારા સમ છે, દીકરાઓ સમક્ષ ઢીલા ન પડશો, તમે તો પિતા છો અને પિતાનો પ્રેમ તો આકાશ જેવો હોય છે, ગમે તેટલી મોસમ બદલાય પણ આકાશ તો હંમેશાં સ્થિતપ્રજ્ઞ જ રહેતું હોય છે !"

બંને દીકરાઓ ગયા પછી વસંતરાય દેવકીનો ફોટો જોતા ક્યાંય સુધી ગુમસૂમ બેસી રહ્યા. આંખમાં આવેલાં આંસુને કારણે તેમને ફોટો ધૂંધળો દેખાતો હતો, પરંતુ દેવકી સાથે ગાળેલો ભવ્ય ભૂતકાળ બરોબર દૃષ્ટિમાન થતો હતો. ખાસ્સી વાર સુધી દેવકી સાથેનાં સુખદ સંસ્મરણો વાગોળ્યા બાદ વસંતરાયથી તેમના અસ્વસ્થ મનને આશ્વસ્ત કરતાં બોલાઈ ગયું : "સારું થયું દેવકી તેના વ્હાલા દીકરાઓનું આવું વર્તન જોવા માટે હયાત નથી."

દેવકીના અવસાનના થોડા સમય બાદ વસંતરાયે મોટા દીકરા મેહુલને કહ્યું, "બેટા, મારી ઇચ્છા છે કે આપણે સહકુટુંબ સિદ્ધપુર જઈને કોઈ બ્રાહ્મણ પાસે માતૃશ્રાદ્ધની વિધિ કરાવી આવીએ."

"પપ્પા, અત્યારે તો બિઝનેસમાં મને બિલકુલ સમય નથી." મેહુલે અણગમાપૂર્વક કહ્યું.

વસંતરાયને આંચકો લાગ્યો, તેમણે હિમ્મત કરીને કહ્યું : "મેહુલ, તારા જન્મ પછી તું માંદો રહેતો હતો ત્યારે દેવકીએ તિરૂપતિની બાધા રાખી હતી. તે સમયે ધંધામાં હું એકલો જ હતો... મારી પાસે ડાકોર સુધી જઈ શકાય તેટલો પણ સમય નહોતો છતાં અમે તને તિરૂપતિ દર્શને લઈ ગયાં હતાં."

"પપ્પા, તે સમય જુદો હતો. અત્યારે બિઝનેસમાં ડેવલપમેન્ટ થયા પછી કૉમ્પિટીશન પણ ખૂબ જ વધી ગઈ છે, અહીં મારી હાજરી કેટલી જરૂરી છે, તે તમને નહીં સમજાય."

વસંતરાય વિચારી રહ્યા... જે દીકરો ધંધાનો કક્કો જ તેમની પાસેથી શીખ્યો હતો... તે આસાનીથી કહી રહ્યો હતો... પપ્પા તમને નહિ સમજાય ! હવે મોટા દીકરા પાસે આગળ વાત કરવાનો કોઈ મતલબ જ નહોતો, તેથી વસંતરાયે મૌન રહેવાનું પસંદ કર્યું.

બીજે દિવસે વસંતરાયે નાના દીકરા સ્પંદન પાસે માતૃશ્રાદ્ધ માટે સિદ્ધપુર જવાની ઇચ્છા વ્યક્ત કરી, કારણ કે ધાર્મિક વિધિમાં મોટો દીકરો ન બેસે તો નાનો પણ બેસી શકે.

સ્પંદન ચમક્યો... "પપ્પા, મને તો આવી કોઈ વાતમાં સંડોવશો જ નહિ... હું તો આવાં બધાં તૂતમાં માનતો જ નથી."

વસંતરાયને આઘાત લાગ્યો. આજ સુધી આ દીકરાઓને તેમની સાચી મૂડી માનતા હતા ? આજે તેમની આંખ ખૂલી ગઈ... સાચી મૂડી બાબતની તેમની માન્યતા કેટલી ભ્રામક હતી તે તેમને સમજાઈ ગયું.

વસંતરાયે અનાયાસે જ આંખમાં આંસુ સાથે દેવકીના ફોટા સામે જોયું. દેવકી ફોટામાંથી કહી રહી હતી... "તમે નાહકના દુઃખી થાવ છો. મારી ખુશી તો દીકરા ખુશ રહે તેમાં જ સમાયેલી છે."

"હા... દેવકી ગમે તેમ તું મા છો ને ? માની ખુશી તો હંમેશાં દીકરાની ખુશી સાથે જ સંકળાયેલી હોય છે ને ? પરંતુ... મને લાગે છે કે આપણી સાથે ઈશ્વરનો આ હળહળતો અન્યાય છે. મારાથી આવી વિષમ પરિસ્થિતિ સહન થતી નથી."

વસંતરાય ધ્રુસકે ધ્રુસકે રડી પડ્યા. તેમને સાંત્વન આપવાવાળું કોઈ જ નહોતું. સ્પંદન તો ક્યારનો બહાર જવા માટે નીકળી ગયો હતો.

વસંતરાયનું શરીર હવે ઘસાતું જતું હતું. દિવસ મોટો લાગતો હતો.. ડ્રૉઇંગરૂમમાં ટીવીનો રીમોટ હવે વહુઓ અથવા તેમનાં બાળકોના હાથમાં જ રહેતો તેથી વસંતરાય ભક્તિ ચૅનલ જોવા માટે પણ અસમર્થ હતા. સમય પસાર કરવા માટે તેમની પાસે એક પણ વિકલ્પ નહોતો બચ્યો. પગ સાથ આપતા નહોતા તેથી મૉર્નિંગ વૉક કે ઇવનિંગ વૉકમાં જવાનું શક્ય નહોતું.

વસંતરાયને જ્યારે વધારે ખાલીપો લાગે ત્યારે તેઓ દેવકીના ફોટા સાથે વાર્તાલાપ કરી લેતા. આજે રવિવાર હતો. ઘરના બધા સભ્યો વન ડે પિકનિકમાં ગયા હતા. વસંતરાયનો દેવકી સાથે વાર્તાલાપ ચાલુ હતો.

"દેવકી, દીકરાઓ એ વાત જ વીસરી ગયા છે કે... ઘરના મોભી તરીકે બાપનું સ્થાન ક્યાં હોવું જોઈએ?"

દેવકીએ કોઈ જવાબ ન આપ્યો.

વસંતરાયને ઉધરસ ચડી.

"તમે તમારી તબિયત સંભાળજો, કારણ કે મને લાગે છે કે તમે માંદા પડશો તો કોઈ તમારી ચાકરી કરવા માટે સમય નહીં ફાળવી શકે." દેવકીએ ધીમા અવાજે કહ્યું.

"હા... તારી વાત સાચી છે, દેવકી... પણ એક વાત કહું?"

"શી?" દેવકીએ ફોટામાંથી પૂછ્યું.

"ત્રણેય વહુઓની સજાગતાને દાદ દેવી પડે તેમ છે."

"એટલે?"

"એટલે એમ કે ત્રણેય વહુઓ તેમના પતિ અને બાળકો મારી સાથે હળેમળે નહીં તે બાબતે ખૂબ જ સજાગ છે...! વૃદ્ધાવસ્થામાં આવી સમસ્યાનો સામનો કરવો પડશે તેવી તો મને કલ્પના જ નહોતી."

મોડી રાત્રે પિકનિકમાંથી બધાં પરત આવ્યાં. કોઈને વસંતરાયનું સાંજનું જમવાનું બાકી છે તે યાદ આવ્યું નહીં. વસંતરાય ભૂખ્યા પેટે જ ઊંઘી ગયા.

વસંતરાય હવે વિષમ પરિસ્થિતિને સહન કરતા જતા હતા. જ્યારે વહુ થાળી પછાડીને મૂકતી ત્યારે તેમને ખ્યાલ આવી જતો હતો કે આજે

પુત્રવધૂ ગુસ્સામાં છે. વસંતરાય આખો દિવસ તેમના રૂમમાં પડ્યા રહેતા હતા, પરંતુ પરિવારની નાની-મોટી દરેક વાત તેઓ હજુ પણ પામી જતા હતા. વૃદ્ધાવસ્થામાં કેટલીક વાર શરીરનાં અંગો શિથિલ થઈ જાય ત્યારે સિક્સ્થસેન્સ વધુ પાવરફુલ થઈ જતી હોય છે!

ત્રણેય વહુઓ વચ્ચેનો ખટરાગ અને નાની નાની ચડભડ વસંતરાયના ધ્યાન બહાર નહોતી. ત્રણેય વહુઓને હવે સ્વતંત્ર રીતે રહેવું હતું તેથી તેમણે તેમના પતિ પાસે અલગ મકાન લેવાની જીદ પકડી હતી. આખરે એક દિવસ સવારે ત્રણેય દીકરા ભેગા થઈને વસંતરાય પાસે આવ્યા.

જમાનો જોઈ ચૂકેલા વસંતરાયની અનુભવી આંખે પારખી લીધું કે દીકરાઓના મનમાં ચોક્કસ કાંઈક વાત છે. વસંતરાય જાણીજોઈને ચૂપચાપ બેસી રહ્યા.

મોટા દીકરા મેહુલે વાતની શરૂઆત કરી.

"પપ્પા, અમારા બધાની ઇચ્છા છે કે આ બંગલો વેચીને આપણે ત્રણ ફ્લૅટ લઈ લઈએ."

વસંતરાયને થોડાં વર્ષો પહેલાં તેમના મિત્ર છબીલદાસની બંગલો ક્યારેય ન વેચવાની સલાહ યાદ આવી ગઈ.

વસંતરાય ગળું ખોંખારીને બોલ્યા : "'પિતૃછાયા' મારું હૃદય છે, તે વેચવાનું મને યોગ્ય લાગતું નથી."

"પણ પપ્પા, અત્યારે રિયલ એસ્ટેટમાં તેજી છે. છ કરોડ તો આસાનીથી આવી જશે. બે-બે કરોડના ત્રણ લક્ઝુરિયસ ફ્લૅટ લઈ લઈએ તો બધાં સ્વતંત્ર રીતે રહી શકે... વળી આપણા એરીયામાં ઘણા બંગલા બિલ્ડરોએ ખરીદી જ લીધા છે ને?" નાના દીકરા સ્પંદને દલીલ કરી.

"પણ, પછી મારે ક્યાં રહેવાનું?" વસંતરાયે વારાફરતી ત્રણે દીકરાઓની આંખમાં જોયું.

ત્રણેય દીકરા નીચું જોઈ ગયા. થોડી વાર માટે મૌન છવાઈ ગયું.

આખરે મોટા દીકરા મેહુલે ખેલદિલીપૂર્વક કહ્યું... "પપ્પા, તમારે મારી સાથે જ રહેવાનું છે, ક્યારેક ચેન્જ માટે તમે મનનને ત્યાં કે

સ્પંદનને ત્યાં જાવ તે બરોબર છે. બાકી તમારું કાયમી સરનામું તો મારું ઘર જ રહેશે."

"સારું હું વિચારીને કહીશ." વસંતરાયે મુદત માંગી.

ત્રણેય દીકરાઓ આશાવાદી હતા તેથી તરત કોઈક બિલ્ડરને મળવા માટે ઊપડી ગયા,

સાંજે વસંતરાય ઘણા સમય બાદ બહાર ફળિયામાં ઝાડ નીચે બેઠા હતા ત્યારે મોટા દીકરાની વહુ તેના પિયરપક્ષમાં કોઈકની સાથે મોબાઇલ પર વાત કરી રહી હતી...

"અમે મોટાં એટલે અમે શું ગધેડી પકડી છે? અમારે જ પપ્પાજીને કાયમ સાથે રાખવાના? બાકીના બે ભાઈઓની કાંઈ ફરજ જ નહીં? કાયમ અમારે જ જવાબદારીનાં પોટલાં ઉપાડીને ફરવાનું? મેં તો મેહુલને કહી દીધું છે કે ત્રણેય ભાઈઓએ ચાર ચાર મહિના પપ્પાજીને રાખવાના વારા બાંધવાના છે..."

વસંતરાય આગળ કશું સાંભળી ન શક્યા. તેઓ મનમાં સમસમી ગયા. હવે તેઓ સ્પષ્ટપણે સમજી ગયા હતા કે 'પિતૃછાયા' જેવો આશરો છોડીને તેમને ઓશિયાળું જીવન જીવવું પડશે. હવે તેઓ પરિવારના સભ્યો માટે વધારાનો બોજ બની ગયા હતા... અને તે પણ એવો બોજ જેને ફરજ સમજીને નહીં, પરંતુ માત્ર સમાજમાં આબરૂ જળવાઈ રહે તે માટે જ દીકરાઓ અને વહુઓ ઉપાડી રહ્યાં હતાં!

વીસેક દિવસ પછી એકાએક વસંતરાયની તબિયત લથડી. ઍમ્બ્યુલન્સ બોલાવવામાં આવી. વસંતરાયથી બોલી નહોતું શકાતું, તો પણ વારંવાર બોલી રહ્યા હતા... "મારે મારો આશરો નથી વેચવો... હું 'પિતૃછાયા' નહીં વેચવા દઉં... 'પિતૃછાયા' મારું હૃદય છે... મારો આત્મા છે..."

ઍમ્બ્યુલન્સમાં બધાં તેમનો લવારો સાંભળી રહ્યાં હતાં. હવે સૌને ખાતરી થઈ ગઈ હતી કે વસંતરાય કોઈ પણ સંજોગોમાં બંગલો વેચવા નહીં દે.

હૉસ્પિટલે પહોંચ્યા પછી વસંતરાયની તબિયત વધારે બગડી.

તેમને વૅન્ટિલેટર પર રાખવા પડ્યા. બીજે જ દિવસે સવારે વસંતરાયે દેહ છોડી દીધો !

બેસણામાં રાખેલા ફોટા પાસે અગરબત્તી બુઝાઈ ગઈ એટલે ત્રણેય આજ્ઞાંકિત(?) દીકરાઓએ ઊભા થઈને બીજી વધારે અગરબત્તી પ્રગટાવી. અનાયાસે જ તેમનું ધ્યાન ફોટા પર પડ્યું તો વસંતરાયની આંખો જાણે કે વારાફરતી તેમને ધ્યાનપૂર્વક જોઈ રહી હતી. ત્રણમાંથી એકેય દીકરો ફોટામાં પણ બાપની સામે આંખ મેળવવાની હિમ્મત ન કરી શક્યો.

બે દિવસ પછી રાત્રે ઘરના તમામ સભ્યો બેઠાં હતાં. 'પિતૃછાયા' વેચવાનો સોદો શક્ય તેટલો વહેલો કરી લેવાની સૌ કોઈની ગણતરી હતી. જમીન મકાનના દલાલોના ફોન આવવાના ચાલુ થઈ ગયા હતા. એકાએક લંડનથી છબીલદાસ આવી પહોંચ્યા. તેમણે વસંતરાયના અવસાનનો ખરખરો કર્યો. થોડી વાર માટે મૌન છવાઈ ગયું.

છબીલદાસે ધીમેથી તેમના ઝભ્ભાના ખિસ્સામાંથી કાગળ કાઢ્યો, જે તેમને વસંતરાય તરફથી ચારેક દિવસ પહેલાં જ મળ્યો હતો.

છબીલદાસે ગંભીરતાપૂર્વક કહ્યું... "આ પત્રની સાથે વસંતે કરેલા વીલની કૉપી પણ છે."

સૌ કોઈને નવાઈ લાગી.

છબીલદાસે મોટેથી પત્ર વાંચવાનું શરૂ કર્યું :

"વસિયતનામું" કરવાની મારી કોઈ જ ઇચ્છા નહોતી, પરંતુ દેવકીના અવસાન પછી મારે મારા જ ઘરમાં પરાયા થઈને રહેવાની અસહ્ય સજા ભોગવવી પડી છે, જેને કારણે નાછૂટકે હું વીલ કરવા માટે મજબૂર બન્યો છું. દેવકીના અવસાન પછી હું તૂટી રહ્યો હતો. મને એમ હતું કે મારો પરિવાર મને તૂટતો બચાવી શકશે. દીકરાઓ એક એવા વૅન્ટિલેટરની ગરજ સારસે જેને કારણે હું ટકી જઈશ, પરંતુ વ્યથિત હૃદયે સ્વીકારું છું કે મારી માન્યતાને ત્રણેય દીકરાઓએ ભેગા મળીને ખોટી સાબિત કરી છે.

"આ સાથેના વીલ મારફતે હું 'પિતૃછાયા' આપણા જ શહેરના જલારામ વૃદ્ધાશ્રમને દાનમાં આપતો જઉં છું."

છેલ્લું વાક્ય સાંભળીને ત્રણેય દીકરાઓ ડઘાઈને એકબીજા સામે જોઈ રહ્યા.

ત્રણેયના મનમાં તો એક જ વાત ઘુમરાતી હતી... પપ્પાને એ વાતનો અગાઉથી અણસાર કેવી રીતે આવી ગયો હશે કે દીકરાઓ હૉસ્પિટલમાં તેમને જિવાડવા માટે રાખવામાં આવેલ લાઈફ સપોર્ટિંગ સિસ્ટમ ખસેડી લેવાનું કુકર્મ પણ આચરવાના છે!

હા... બંગલાની લાલચમાં ત્રણેય દીકરાઓએ ભેગા મળીને બીજે જ દિવસે વૅન્ટિલેટર ખસેડી નાખવાનો ક્રૂર નિર્ણય લીધો હતો!

વસંતરાયનું વસિયતનામું સાંભળીને હવે દીકરાઓની આંખમાં પસ્તાવાનું વિપુલ ઝરણું ઊતરી આવ્યું હતું, પરંતુ હવે તો આંખમાં આંસુનો દરિયો ઊભરાય તો તે પણ આ પાપકર્મને ધોવા માટે અસમર્થ હતો!

ફોટામાંથી વસંતરાયની નિસ્તેજ આંખો આખા દશ્યને સાક્ષીભાવે નિહાળી રહી હતી!

'અખંડઆનંદ'
સપ્ટેમ્બર, ૨૦૧૪

૧૫

તપોભંગ

સામાન્ય રીતે મૈત્રીની મોસમમાં પાનખર ક્યારેય હોતી જ નથી, પરંતુ ક્યારેક ગાઢ મિત્રોના સંબંધ જો તૂટી જાય તો તૂટેલા સંબંધનો ભાર ઉપાડતાં-ઉપાડતાં બંને મિત્રો પણ તૂટી જતા હોય છે. આવા જ બે મિત્રો એટલે મનન અને બિરજુ. એકબીજાને મળ્યા વગર જેમની સાંજ ક્યારેય પડતી જ નહોતી, તેવા બાળપણના ગોઠિયા છેલ્લા ત્રણ વર્ષથી એકબીજાને મળ્યા વગર જીવી રહ્યા હતા. બંનેના અબોલા ચાલતા હતા, પરંતુ મનથી તો બંને એકબીજાનું ભલું જ ઇચ્છતા હતા, કારણ કે બંને વચ્ચે દુશ્મની તો હરગિજ નહોતી જ. બિરજુ એવી વિધવા માનો એકનો એક દીકરો હતો જે પારકાં કામ કરીને દીકરાને ઉછેરી રહી હતી. મનનના પપ્પાને બિઝનેસ હતો, તેથી આર્થિક રીતે તેઓ સધ્ધર હતા. મનને બિરજુને ભણવા માટે ડગલે ને પગલે મદદરૂપ થવામાં પાછું વાળીને જોયું નહોતું. બંને મિત્રો સમવયસ્ક હતા, પરંતુ ઈશ્વરે સમજણ વહેંચવામાં બંને વચ્ચે ખૂબ જ અંતર રાખ્યું હતું. બિરજુ ખૂબ જ તોફાની હતો જ્યારે મનન ઠરેલ અને

પરિપક્વ હતો. કિશોરાવસ્થામાં પ્રવેશ્યા પછી મનને ઘણી વાર બિરજુને સિગારેટ પીતાં રોક્યો હતો, સાથેસાથે ક્લાસમાંથી બંક મારીને ફિલ્મો જોતાં પણ રોક્યો હતો. સ્કૂલલાઈફ સુધી તો બિરજુ મનનના કન્ટ્રોલમાં રહ્યો હતો, પરંતુ જ્યારે બંને કૉલેજમાં પ્રવેશ્યા ત્યારે મનનના પપ્પાએ પોળનું મકાન વેચીને નદીપાર ફ્લૅટ લીધો હતો, પરિણામે હવે બંને મિત્રો માત્ર સવારે કૉલેજમાં જ મળતા હતા. આમ બપોર પછી બિરજુને મોકળું મેદાન મળી ગયું હતું. યુવાનીનો પવન બિરજુના દિમાગમાં એટલી હદે ભરાઈ ગયો હતો કે તેનું ધ્યાન ભણવા કરતા કૉલેજમાં ભણવા આવતી છોકરીઓમાં કેન્દ્રિત થવા લાગ્યું હતું. જ્યારે મનનનું ધ્યાન ભણવાની સાથે કૉલેજની લાઇબ્રેરીમાં કેન્દ્રિત થયું હતું. મનને લગભગ તમામ મહાપુરુષોનાં જીવનચરિત્ર વાંચી લીધાં હતાં, માત્ર એટલું જ નહીં તેણે તેમના વિચારોને જ પોતાના જીવનની મંજિલ બનાવી દીધી હતી. એ યુવાન ખરેખર નસીબદાર હોય છે, જેને યુવાનીમાં જ યોગ્ય દિશા મળી જતી હોય છે. મનનને પણ યુવાનીમાં જ સાચી દિશા મળી ગઈ હતી!

મનન ઘણી વાર બિરજુને કહેતો... "યાર, મને તો સમજાતું નથી યુવાનો શા માટે વિવેકાનંદને બદલે ફિલ્મસ્ટારને કે ક્રિકેટરને પોતાનો આદર્શ માને છે?"

બિરજુ હસતાં-હસતાં કહેતો... "યાર, ફિલ્મોમાંથી એ જ તો શીખવાનું છે કે યુવાનીમાં જેટલા થાય એટલા જલસા કરી લો... યુવાનીમાં કરેલા જલસા એ જ આપણી સાચી સમૃદ્ધિ છે."

"ના બિરજુ, ગરીબ અને નિરાધારને મદદરૂપ થવું તે આપણી સાચી સમૃદ્ધિ છે... તું એમ ન માનતો કે મને તારી પ્રવૃત્તિઓની ખબર નથી, તું હિન્દી ફિલ્મો જુએ ત્યાં સુધી તો બરોબર છે, પણ 'પોર્ન ફિલ્મો' જુએ છે તે ખરેખર ખૂબ જ ખોટું કામ કરે છે."

"મનન, મને મારી રીતે મજા કરી લેવા દે." બિરજુએ સ્પષ્ટતા કરી હતી.

"બિરજુ, ક્યારેક યુવાનીમાં કરેલ મજા ભવિષ્યની સજા બની જતી હોય છે." મનનના અવાજમાં ચેતવણી હતી.

મનનને હવે બિરજુની સાથે તેની વિધવા માની પણ ચિંતા સતાવતી હતી. બંને મિત્રો કૉલેજના છેલ્લા વર્ષમાં સાથે જ પ્રવેશ્યા હતા. કૉલેજમાં મનન સ્કૉલર સ્ટુડન્ટ તરીકે ઊપસી આવ્યો હતો, જ્યારે બિરજુ વિદ્યાર્થીઓનો લીડર બની ગયો હતો. પૈસાદાર મિત્રોના સપોર્ટથી બિરજુ કૉલેજનો જી. એસ. બની ગયો હતો. કૉલેજમાં છોકરીઓ સાથે ફ્લર્ટિંગ કરવાનો હવે બિરજુનો મુખ્ય શોખ બની ગયો હતો, જ્યારે મનન ભણતાં-ભણતાં અનાથ આશ્રમમાં સેવા આપવા પણ જતો હતો. બંને મિત્રોના વિચારમાં જમીન-આસમાનનું અંતર પડી રહ્યું હતું, પરંતુ તેમની મૈત્રી જરૂર પડે તો એકબીજાં માટે જીવ આપી દેવા તૈયાર થઈ જાય તેટલી હદે અકબંધ હતી! એવામાં તેમના ક્લાસમાં બિપાસાનું આગમન થયું. મુંબઈથી બિપાસાના પપ્પાની બદલી અમદાવાદ થઈ હતી તેથી બિપાસાએ કૉલેજમાં અડધેથી ઍડ્‌મિશન લીધું હતું. દેખાવમાં અત્યંત સુંદર અને વિચારોમાં અત્યંત આધુનિક બિપાસા ખૂબ જ ફોરવર્ડ હતી. ટૂંકાં વસ્ત્રો તેનો ટ્રેડમાર્ક હતો, પરિણામે કૉલેજમાં આવતાંવેંત તેને યુવાનોએ બ્યુટીક્વીનનું બિરુદ આપી દીધું હતું. બિપાસાનું એક સ્માઇલ મેળવવા માટે તમામ છોકરાઓ આતુર રહેતા, જેમાં બિરજુ મોખરે હતો. કૉલેજ લાઈફમાં પ્રેમ અને આકર્ષણ વચ્ચે અત્યંત બારીક અંતર હોય છે. બિરજુ બિપાસાની નજીક કેવી રીતે પહોંચી શકાય તેની ફિરાકમાં જ હતો, ત્યાં જ કૉલેજના એન્યુઅલ-ડે નિમિત્તે કલ્ચરલ પ્રોગ્રામનું આયોજન થયું. યુવાનોના જ્ઞાનમાં વધારો થાય તે માટે પૌરાણિક કથાઓના નાના-નાના પ્રસંગો સ્ટેજ પર રજૂ કરવાની પ્રિન્સિપાલ સાહેબની નેમ હતી. ઘણાંએ ઉત્સાહથી ભાગ લીધો હતો.

કોઈએ રામાયણ તો કોઈએ મહાભારત તો વળી કોઈએ શિવપુરાણના પ્રસંગ પર અભિનય કરવાનું બીડું ઝડપ્યું હતું. એકાએક આખી કૉલેજમાં વાયુવેગે વાત ફેલાઈ ગઈ કે બિપ્માસા મેનકાનો રોલ કરવાની છે. બિરજુ તરત પ્રિન્સિપાલ સાહેબની કેબિનમાં પહોંચી ગયો.

"સર, મારે બિપાસાની સાથે વિશ્વામિત્રનો અભિનય કરવો છે."

"બિરજુ, તને વિશ્વામિત્રનો રોલ તો મારાથી નહીં આપી શકાય,

કારણ કે બિપાસાએ શરત કરી છે કે મનન વિશ્વામિત્ર બનશે તો જ તે મેનકાનો રોલ કરશે."

"સર, મનન તો મારો જિગરી દોસ્ત છે, હું હમણાં જ તેને બોલાવી લઉં છું, તે વિશ્વામિત્ર બનવાની ના પાડી દેશે." બિરજુએ ખિસ્સામાંથી મોબાઇલ કાઢીને મનનને ફોન લગાવવાની કોશિશ કરી.

પ્રિન્સિપાલ સાહેબે બિરજુને ફોન કરતાં રોકતાં કહ્યું : "ના, બિરજુ, તું મનનને ફોન ના કરીશ, તેને તો એટલું જ જોઈએ છે, હજુ આજે સવારે જ મેં તેને માંડમાંડ વિશ્વામિત્ર બનવા માટે સમજાવ્યો છે, જો તે ખસી જશે તો આ આઇટમ પડી ભાંગશે."

"પણ સર, હું વિશ્વામિત્ર બનવા માટે તૈયાર છું ને ?"

"બિરજુ, બરોબર વિચારી લેજે, જો બિપાસા તારી સાથે મેનકા તરીકે સ્ટેજ પર આવવાની ના પાડી દેશે તો તારું કેટલું ખરાબ લાગશે ?" પ્રિન્સિપાલ સાહેબે મુદ્દાની વાત કરી.

બિરજુ ઊંડા વિચારમાં પડી ગયો. જો બિપાસા ના પાડે તો આખી કૉલેજમાં તેની આબરૂના ધજાગરા ઊડી જાય. જીવનમાં પ્રથમ વાર બિરજુને મનનની ઈર્ષ્યા થઈ, સદીઓથી ચાલતું આવ્યું છે - ગમે તેવા ગાઢ સંબંધમાં તિરાડ પડવાનું મુખ્ય કારણ સ્ત્રી જ હોય છે !

આખરે એન્યુઅલ-ડેનું ફંક્શન આવી પહોંચ્યું. આખો હૉલ ઑડિયન્સથી છલકાઈ ગયો હતો.

કલ્ચરલ પ્રોગ્રામમાં જેની સૌ કોઈ આતુરતાપૂર્વક રાહ જોઈ રહ્યું હતું તે મેનકા-વિશ્વામિત્રની આઇટમ સૌથી છેલ્લે રજૂ થઈ. બિપાસા જેવી બ્યુટીક્વીન મેનકાનું નૃત્ય કરે અને યુવાન ઑડિયન્સ જો રિસ્પોન્સ ના આપે તો જ નવાઈ કહેવાય. દૂધમાં સાકર ભળે તેમ બિપાસા મેનકાના પાત્રમાં ઓતપ્રોત થઈ ગઈ હતી. કારણ કે વિશ્વામિત્ર બનનાર મનન બિપાસાનો સ્વપ્નપુરુષ હતો ! બિપાસાના નૃત્યને ખરેખર ચાર ચાંદ લાગી ગયા હતા. વિશ્વામિત્રની તપસ્યા ભંગ થયા બાદ મેનકા જ્યારે વિશ્વામિત્રની લગોલગ પહોંચે છે, ત્યારે પ્રોગ્રામના આયોજન મુજબ પડદો પડે છે. સ્ટેજ પર અંધારું છવાઈ જાય છે અને મુખ્ય એનાઉન્સર

બ્રેકગ્રાઉન્ડમાંથી ઑડિયન્સને પૌરાણિક કથાથી માહિતગાર કરે છે... હા, વિશ્વામિત્રનો તપોભંગ થયા બાદ મેનકા સાથે તેઓ સહશયન કરે છે... અહીં સુધી વાલ્મીકિ રામાયણમાં ઉલ્લેખ કરે છે, જ્યારે ત્યાર બાદ બંનેની જે પુત્રી જન્મે છે... તેનું નામ શકુંતલા... જેની દુષ્યંત સાથેની પ્રેમકહાનીનો ઉલ્લેખ મહાભારતમાં આવે છે.

વાસ્તવમાં પડદો પડ્યા પછી મનન તો બિપાસાના હાથમાંથી પોતાના હાથ છોડાવીને તરત જ દૂર ઊભો રહી ગયો હતો. બિપાસા જે નજરે તેને જોઈ રહી હતી તેનાથી બચવા માટે તેણે બિપાસાની સામું જોવાનું પણ ટાળ્યું હતું, પરંતુ પ્રોગ્રામના આયોજન મુજબ સ્ટેજમાંથી વાગી રહેલું બૅકગ્રાઉન્ડ સંગીત ઑડિયન્સને એવી પ્રતીતિ કરાવી રહ્યું હતું કે મેનકા અને વિશ્વામિત્રનું સંવનન ચાલુ જ છે... જે પ્રોગ્રામના પ્રેઝન્ટેશનની કમાલ હતી! સમગ્ર ઑડિયન્સે ઊભા થઈને તાળીઓના ગડગડાટ વચ્ચે આ છેલ્લી આઇટમને વધાવી લીધી હતી. લયબદ્ધ રીતે પડી રહેલી તાળીઓ બિરજુના હૃદયને ટુકડે-ટુકડે તોડી રહી હતી. તાળીઓનો અવાજ બિરજુના હૃદયમાં ભાલાની જેમ ખૂંચતો હતો. તે તરત જ હૉલની બહાર નીકળી ગયો.

સ્ટેજ પર પડદા પાછળ મનને જે રીતે બિપાસાની અવગણના કરી હતી, તેના કારણે બિપાસા પણ અપસેટ થઈ ગઈ હતી. તે તરત ડ્રેસ ચેન્જ કરીને પાછળના રસ્તેથી હૉલની બહાર નીકળી ગઈ હતી. બહાર નીકળીને બિપાસાની નજર બિરજુ પર પડી. બિપાસા મનોમન વિચારી રહી મનનના હૃદય સુધી પહોંચવાનો એકમાત્ર રાજમાર્ગ બિરજુ જ છે, કારણ કે તે જાણતી હતી કે બિરજુ મનનનો જિગરી દોસ્ત છે. બિપાસા તરત બિરજુની નજીક સરકી. બિરજુને તો એટલું જ જોઈતું હતું. બંને વચ્ચે મિત્રતા વધતી ગઈ. જોકે મનન સુધી પહોંચવા માટે બિરજુને હાથો બનાવવાનું ગણિત બિપાસાનું ખોટું પડ્યું હતું.

સમય વીતતો ગયો. ડિગ્રી મેળવીને બંને મિત્રો અલગ-અલગ કંપનીમાં નોકરી કરવા લાગ્યા. ફાજલ સમયમાં મનને અનાથ આશ્રમમાં સેવા આપવાનું ચાલુ રાખ્યું હતું, કારણ કે અનાથ બાળકો પ્રત્યે તેને

ખૂબ જ લગાવ હતો. દરમિયાનમાં બિપાસાએ મનનને ઘણા SMS કરીને પોતાના પ્રેમનો એકરાર કર્યો હતો, પરંતુ મનન વિશ્વામિત્ર નહોતો ! હા, મનન ખૂબ જ મક્કમ રહ્યો અને તેણે બિપાસાને મૅસેજ કરીને બિરજુ સાથે લગ્ન કરી લેવાની સલાહ આપી. આખરે હારીને બિપાસાએ બિરજુના પોતાના તરફના એકતરફી પ્રેમનો સ્વીકાર કર્યો અને બિરજુ સાથે લગ્ન કરી લીધાં. બિરજુ કોઈ પણ હાલતમાં બિપાસાને ગુમાવવા માંગતો નહોતો, તેથી લગ્ન પછી તો તેણે મનન સાથે બોલવાનું જ બંધ કરી દીધું. મનન પણ પોતાના કારણે બિરજુ અને બિપાસાના લગ્નજીવનમાં તિરાડ ન પડે તે માટે બિરજુથી બિલકુલ અલગ થઈ ગયો. આમ કોઈ પણ જાતના ઝઘડા વગર સંજોગોને કારણે બંને મિત્રો એકબીજાથી દૂર થઈ ગયા.

બંને વચ્ચેના અબોલાને ત્રણેક વર્ષનો સમય વીત્યો હતો ત્યારે અચાનક જ એક વાર મનનના સેલફોનમાં બિરજુનો મૅસેજ આવ્યો... "યાર, આજે રાત્રે નવ વાગે નહેરુબ્રિજ નીચે રિવરફ્રન્ટ પર આપણે મળીશું ?" મનનને સુખદ આંચકો લાગ્યો. બંને વચ્ચેનું ત્રણ વર્ષનું અંતર માત્ર ત્રણ સેકંડમાં જ બરફની જેમ ઓગળી ગયું.

સાચા મિત્રો હંમેશાં મન, વચન અને કર્મથી એકબીજાને સમર્પિત હોય છે, જેના પુરાવારૂપે મનને તરત જ બિરજુને મળવાનું સામો મૅસેજ કરીને કન્ફર્મ કરી નાખ્યું.

મનન બરોબર નવના ટકોરે નક્કી કરેલ જગ્યાએ પહોંચી ગયો, બિરજુ હજુ આવ્યો નહોતો. નહેરુબ્રિજની લાઇટોનું પ્રતિબિંબ નીચે નદીના વહેતા પાણીમાં પડી રહ્યું હતું. બ્રિજ પરથી પસાર થતાં વાહનો થોડી થોડી વારે રિવરફ્રન્ટની શાંતિનો ભંગ કરી રહ્યાં હતાં. મનન વિચારી રહ્યો... કિશોરાવસ્થામાં બંને મિત્રોએ કેમ્પ હનુમાન પાસેની આ જ સાબરમતી નદીના પાણીમાં સાથે ધુબાકા માર્યા હતા... કૉલેજકાળ સુધીની એટલી બધી સુખદ સ્મૃતિઓ હતી કે જેમાં બંને મિત્રો એકબીજાના દિલોદિમાગમાં એવી રીતે છવાયેલા હતા કે ભવિષ્યમાં આવી અબોલાની પરિસ્થિતિનો સામનો કરવાનું આવશે તેવી તો એકેયને કલ્પના જ

નહોતી. જોકે પતા કોઈ પૂછે તો 'એક દૂજે કે દિલમેં રહેતે હૈં હમ' જેવી બંનેની દોસ્તી આજે પણ અકબંધ હતી તેથી જ અત્યારે મનન બિરજુ સાથેનાં સંસ્મરણોને વાગોળતો-વાગોળતો તેની રાહ જોઈ રહ્યો હતો. થોડે દૂરથી એક પડછાયો ધીમેધીમે મનન નજીક આવી રહ્યો હતો. આછા પ્રકાશમાં મનન પહેલાં તો નક્કી જ ન કરી શક્યો કે તે બિરજુ જ હતો... સાવ નજીક આવ્યો ત્યારે મનન તેને ઓળખી શક્યો, એટલી હદે બિરજુ દૂબળો થઈ ગયો હતો.

બિરજુને જોઈને મનનના ચહેરા પર ચિંતાનાં વાદળો છવાયાં, પરંતુ તે કાંઈ પણ પૂછવા જાય તે પહેલાં બિરજુ મનનને ભેટી પડ્યો અને બોલ્યો : "દોસ્ત... અબોલા મેં ચાલુ કર્યા હતા તેથી અત્યારે બોલવાની શરૂઆત પણ મારે જ કરવાની છે." મનન ધ્યાનપૂર્વક બિરજુને નીરખી રહ્યો. તેનું અડધું થઈ ગયેલું શરીર, નિસ્તેજ ચહેરો... બિરજુ ચોક્કસ બીમાર હતો તેવું મનનને લાગ્યું.

"મનન, તેં હંમેશાં મને આડે રસ્તે જતો અટકાવવાની કોશિશ કરી હતી, મદદ કરવામાં તેં પાછું વાળીને ક્યારેય જોયું નહોતું. કેટલીય વાર તેં મારી ફી ભરી દીધી હતી, મારા ચોપડા લેવાના હોય કે સ્કૂલ ડ્રેસ લેવાનો હોય તેં હંમેશાં મને માત્ર અને માત્ર મદદ જ કરી છે."

મનને બિરજુને બોલતો અટકાવીને કહ્યું... "દોસ્ત, સાચી દોસ્તીમાં નફા-નુકસાનના બૅલેન્સશીટને સ્થાન જ નથી હોતું... તું વળી આપણા સંબંધમાં આ બૅલેન્સશીટ ક્યાંથી લઈ આવ્યો ?"

"મને ખબર છે મનન, આપણા સંબંધો આવા બધા હિસાબોથી પર છે. માટે જ તને હક્કથી અહીં બોલાવ્યો છે." બિરજુએ બોલતાં-બોલતાં શ્વાસ ચડતો હતો તેથી તે થોડી વાર માટે અટક્યો. મનન ધીરજપૂર્વક તેની સામે જોઈ રહ્યો.

આખરે બિરજુએ ફરીથી વાતની શરૂઆત કરી. "બિપાસાના પપ્પાએ અમારા લવમેરેજ પછી મારી સાથે કે બિપાસા સાથે બિલકુલ સંબંધ રાખ્યો નથી. મારા પરિવારમાં બિપાસા, બે વર્ષની પિન્કી અને મારી વૃદ્ધ મા છે. ત્રણેનો આધારસ્થંભ માત્ર હું જ છું... હવે મને સતત ચિંતા

થાય છે કે જો કદાચ મારું મૃત્યુ થાય તો એ ત્રણેયનું શું થાય? કોના સહારે તેઓ જીવશે?"

"પણ તું આવું અનાપ-શનાપ કેમ બોલે છે? આટલી નાની ઉંમરમાં મરવાની વાત કેમ કરે છે?" મનને પૂછ્યું.

"મનન, મને બ્લડકેન્સર થયું છે, થોડા દિવસનો જ મહેમાન છું. મને રાતદિવસ બસ મારા કુટુંબની જ ચિંતા સતાવે છે. દોસ્ત, આપણે બંને સારી રીતે જાણીએ છીએ કે બિપાસાની પ્રથમ પસંદ તો તું જ હતો... હજુ પણ જો તું બિપાસાને અપનાવી લે તો નાનકડી પિન્કીને પણ બાપ મળી જશે અને મારી મા તો તને નાનો હતો, ત્યારથી દીકરો માનતી જ આવી છે ને? તું તો અજાણ્યાં અનાથ બાળકો પ્રત્યે પણ લાગણી રાખે છે, તો પછી પિન્કી તો મારી દીકરી છે."

બિરજુનો એકએક શબ્દ મનનના હૃદયના ધબકારા વધારી રહ્યો હતો. એકાએક બિરજુએ મનનનો જમણો હાથ પકડીને કહ્યું : "દોસ્ત, આ વાત મારે બિપાસા સાથે પણ થઈ ગઈ છે, બસ માત્ર તું મને વચન આપ કે મારા અવસાન પછી બિપાસાને અપનાવી લઈશ." બિરજુ છૂટા મોંએ રડી પડ્યો.

"બિરજુ, તને દુઃખી થતો હું જોઈ શકતો નથી... હું તને વચન આપું છું, કે તારી ઇચ્છા મુજબ જ થશે." બંને મિત્રો ભેટી પડ્યા. બંનેની આંખમાંથી વહેતી અશ્રુધારાએ જાણે કે નદીમાં વહેતા પાણી સાથે હોડ લગાવી હતી!

મનન રડતી આંખે આકાશમાં દેખાઈ રહેલા ચંદ્રની સામે જોઈને મનમાં બોલ્યો : "પ્રભુ, આ તપોભંગ એક સ્ત્રીને કારણે નહીં, પરંતુ સાચી દોસ્તી નિભાવવા માટેનો છે."

ત્યાં તો આકાશમાંથી એક તારો ખર્યો જે મનનના હૃદયની વાતનો સાક્ષી બની ચૂક્યો હતો!

'મુંબઈ સમાચાર', દીપોત્સવી અંક, ૨૦૧૨
'જનકલ્યાણ' તા. ૧-૨૦૧૩

૧૬

"સર, શિક્ષકો તો સમાજનું ઘડતર કરે છે, તેથી આપનું તો દરેક કાર્ય અનુકરણીય હોવું જોઈએ." પંદર વર્ષના પ્રતીકે વર્ગશિક્ષક પટેલ સાહેબને ચાલુ ક્લાસે ઊભા થઈને મોઢામોઢ કહી દીધું.

તાલુકા લેવલના ગામમાં બાર ધોરણ સુધીની એકમાત્ર શાળાનું વાતાવરણ આમ તો સારું જ હતું. છેલ્લા મહિનાથી પટેલસાહેબે માધ્યમિક વિભાગમાં શિક્ષક તરીકે એપોઇન્ટમેન્ટ લીધી હતી. વિદ્યાર્થીઓમાં ઝડપથી લોક પ્રિય થવા માટે તેઓ ભણાવતાં-ભણાવતાં જોક્સ કહેતા. પરિણામે બધાંને જ્ઞાન સાથે ગમ્મતનો પણ લાભ મળતો હતો. જોકે આજે પટેલસાહેબે હદ કરી નાખી હતી. સુરુચિભંગ થાય તેવા દ્વિઅર્થી જોક્સ કહેવાનું શરૂ કર્યું હતું, પરિણામે પ્રતીક અકળાયો હતો અને તેણે તરત જ ઊભા થઈને પોતાની પ્રતિક્રિયા વ્યક્ત કરી હતી.

વર્ગમાં સોપો પડી ગયો. પટેલસાહેબ પણ ખસિયાણા પડી ગયા. પટેલસાહેબ જાણતા હતા કે કાયમ પ્રથમ નંબરે પાસ થનાર પ્રતીક ખૂબ જ તેજસ્વી અને સંસ્કારી છોકરો છે. પ્રતીકને માત્ર

સ્મારક

વિદ્યાર્થીઓ જ નહીં, પરંતુ પ્રિન્સિપાલ સાહેબ પણ માનની નજરે જોતા હતા. જેનું એક કારણ એ પણ હતું કે પ્રતીક શહીદ કર્મવીરસિંહનો દીકરો હતો.

પ્રતીકના પપ્પા કર્મવીરસિંહ આર્મીમાં મેજર હતા અને હજુ ગયા વર્ષે જ કાશ્મીર સરહદ પર પાકિસ્તાની આતંકવાદીઓને બોર્ડરની અંદર ઘૂસતા રોકવા માટે સામસામા ગોળીબારમાં પાંચ આતંકવાદીને ઠાર મારીને શહીદ થયા હતા. કર્મવીરસિંહને આખું ગામ ઓળખતું હતું. સવા છ ફૂટ હાઇટ અને કસાયેલા શરીરસૌષ્ઠવના માલિક કર્મવીરસિંહ જ્યારે બજારમાં એકલા નીકળતા ત્યારે પણ તેમના બૂટનો તાલબદ્ધ અવાજ સૌ કોઈનું ધ્યાન ખેંચતો. ચુસ્ત શિસ્તના આગ્રહી કર્મવીરસિંહ બજારમાં શાકની લારીઓને પણ લાઇનમાં ઊભી રાખવાનો આગ્રહ રાખતા. જો કોઈક પોલીસની સામાન્ય ભૂલ ધ્યાનમાં આવે તો તેની પણ ધૂળ કાઢી નાખતા. આવાં વેલડિસિપ્લિન્ડ મેજર કર્મવીરસિંહનો આતંકવાદીઓની ગોળીથી વીંધાઈને ચાળણી થઈ ગયેલો પાર્થિવ દેહ જ્યારે ગામમાં લાવવામાં આવ્યો હતો ત્યારે આખા ગામમાં ગમગીનીનું મોજું ફરી વળ્યું હતું. પાદરમાં ધૂળની ડમરીઓ ઊડતી બંધ થઈ ગઈ હતી અને કૂતરાંઓ તો જાણે ભસવાનું જ ભૂલી ગયાં હતાં ! સ્મશાનમાં માત્ર જિલ્લાના જ નહીં પરંતુ સમગ્ર રાજ્યના રાજકીય આગેવાનો ઊમટી પડ્યા હતા. ત્રિરંગામાં લપેટાયેલા કર્મવીરસિંહના શબને પૂરા લશ્કરી સન્માન સાથે એકવીસ તોપોની સલામી આપવામાં આવી ત્યારે તોપગોળાના ધડાકાની ગુંજથી વાતાવરણ ધણધણી ઊઠ્યું હતું. પક્ષીઓ ચીસાચીસ કરીને ઊડી ગયાં હતાં અને મૃત્યુનો મલાજો સન્નાટો બનીને સ્મશાનમાં છવાઈ ગયો હતો.

પ્રતીકે જ્યારે પિતાની ચિતાને અગ્નિદાહ આપ્યો, ત્યારે પ્રતીક સિવાય તમામની આંખમાં આંસુ હતાં. પ્રિન્સિપાલ સાહેબ બાજુમાં જ ઊભા હતા અને મનોમન પ્રતીકની હિમ્મતને દાદ આપતા હતા.

ઘણા દિવસો સુધી જિલ્લામાં શોકસભાઓ યોજાઈ હતી. બાપની બહાદુરીને કારણે દીકરાને લોકો માનની નજરે જોતા થઈ ગયા હતા. પ્રતીકને મળતું માન જ તેની હિમ્મતમાં વધારો કરી રહ્યું હતું, જેને

કારણે આજે તેણે ચાલુ ક્લાસે પટેલસાહેબના અભદ્ર જોક્સનો વિરોધ કર્યો હતો. પટેલસાહેબે તરત જ ખેલદિલીપૂર્વક પોતાની ભૂલ કબૂલીને વાતને વાળી લીધી હતી.

દિવસો વીતતા ગયા. આજે શાળાના મેદાનમાં વાર્ષિક ઉત્સવ નિમિત્તે શીઘ્ર વક્તૃત્વ સ્પર્ધાનું આયોજન થયેલ હતું. જેમાં અગાઉથી કોઈ વિષય આપવાને બદલે ચિઠ્ઠી ઉપાડીને તેમાં જે વિષય લખેલો નીકળે, તેના પર પાંચ મિનિટ જાહેરમાં બોલવાની સ્પર્ધા હતી. પ્રતીકે પણ ભાગ લીધો હતો. પ્રતીકના ભાગે "મને મોટા થઈને શું બનવું ગમે ?" વિષય પર બોલવાનું આવ્યું હતું. ક્ષણનો પણ વિલંબ કર્યા વગર પ્રતીકે મોટા થઈને આર્મી ઑફિસર બનીને દેશનું રક્ષણ કરવાનું સ્વપ્ન રજૂ કર્યું હતું. સૌ કોઈએ પ્રતીકને તાળીઓના ગડગડાટથી વધાવી લીધો હતો અને તમામની અપેક્ષા મુજબ પ્રથમ ઇનામ પણ પ્રતીકને જ મળ્યું હતું. સાંજે ટ્રોફી લઈને ઘરે આવતાંની સાથે જ પ્રતીક તેની મમ્મી સરલાને વળગી પડ્યો હતો. સરલાની આંખમાં ઊભરાયેલાં આંસુ મૃત પતિની યાદ કરતાં વધારે દીકરાની પ્રગતિ માટેનાં હતાં !

"પ્રતીક કયા વિષય પર બોલ્યો હતો ?"

"મમ્મી, મોટો થઈને હું પણ પપ્પાની જેમ જ આર્મી ઑફિસર બનીને દેશનું રક્ષણ કરીશ તેવું મારું સ્વપ્ન મેં રજૂ કર્યું હતું."

સરલાએ જોરથી પ્રતીકના ગાલે તમાચો લગાવી દીધો. પ્રતીકનો ગોરો ગાલ લાલલાલ થઈ ગયો. તે એક હાથમાં ટ્રોફી અને બીજો હાથ પોતાના ગાલ પર રાખીને ખુરશી પર બેસી ગયો.

"મમ્મી, હું તારી નારાજગી સમજી શકું છું. પપ્પાને ગુમાવ્યા પછી તું તારા એકના એક સહારાને ગુમાવવા નથી માંગતી."

સરલાએ કોઈ જ પ્રતિભાવ ન આપ્યો. મા-દીકરા વચ્ચે ભારેખમ મૌન છવાઈ ગયું. રાત્રે પ્રતીક ઊંઘી ગયો ત્યારે સરલા વિચારે ચડી ગઈ હતી. કર્મવીરને પરણીને તેણે શું મેળવ્યું હતું ?

અનાથ સરલા કાકાના ઘરે મોટી થઈ હતી. કાકાના ઘરમાં સંગીત અને સાહિત્યનું વાતાવરણ પથરાયેલું હતું. પરિણામે સરલાને

બાળપણથી જ બંને વિષય પ્રત્યે ગજબનો લગાવ હતો. સરલા તો ત્યાં સુધી માનતી હતી કે જે વ્યક્તિને સંગીત અને સાહિત્યનો શોખ ન હોય તે પશુ સમાન છે. કાકાનો સ્વભાવ ખૂબ જ લાગણીશીલ હતો, પરંતુ કાકી કજિયાખોર હતાં. તેને સરલા પ્રત્યે ગજબનો અણગમો હતો. કાકી સરલાને અપશુકનિયાળ માનતાં હતાં, કારણ કે સરલાના જન્મ પછી બે વર્ષમાં જ એક માર્ગ અકસ્માતમાં તેનાં મા-બાપનું અવસાન થયું હતું. જેમાં સરલાનો ચમત્કારિક બચાવ થયો હતો. કાકા ક્યારેક સરલાનો પક્ષ લેવા જાય તો કાકી તેમને પણ ધમકાવી નાખતાં અને યાદ દેવડાવવાનું ચૂકતાં નહીં કે સરલા આપણી દીકરી નથી, પરંતુ તે એવો એક સાપનો ભારો છે જેના જન્મ પછી તેનાં મા-બાપે પણ જિંદગીથી હાથ ધોઈ નાખવા પડ્યા છે !

સરલા અઢારની થઈ ત્યાં તો કાકીએ તેને ઘરમાંથી કાઢવા માટે પરણાવવાની ઉતાવળ કરવા માંડી હતી. કોઈકે બાજુના ગામમાં રહેતો કર્મવીર બતાવ્યો હતો, જે ગામમાં ઓછો અને આર્મીની ડ્યુટીને કારણે બોર્ડર પર વધારે રહેતો હતો. કર્મવીરનું કોઈ જ નજીકનું સગું નહોતું. સાવ કુટુંબ વગરના માણસ સાથે સરલાને પરણાવી દેવા માટે કાકાનું મન માનતું નહોતું, પરંતુ કાકીએ પરાણે ચોકઠું ગોઠવી દીધું હતું. પ્રથમ મુલાકાતમાં જ સરલાને ખ્યાલ આવી ગયો હતો કે તેનાં સ્વપ્નોનો રાજકુમાર કર્મવીર તો નથી જ. અલબત્ત, દેખાવમાં કર્મવીર હેન્ડસમ હતો, પરંતુ વિચારોમાં અત્યંત પછાત હતો. સરલાએ શરમાતાં શરમાતાં પોતાના સંગીત અને સાહિત્યના શોખ વિશે વાત કરી તો કર્મવીર જાણે કે સરલાની મજાક કરતો હોય તેમ ખડખડાટ હસી પડ્યો હતો અને માત્ર એટલું જ નહીં, પરંતુ પોતાનો નેગેટિવ અભિપ્રાય રજૂ કરતાં બોલ્યો હતો... "કામધંધા વગરના નવરા માણસોના આ બધા શોખ કહેવાય." સરલા ચૂપ થઈ ગઈ હતી. ગમ ખાઈ ગઈ હતી. કર્મવીર સાવ એકલો હતો અને પાછો આર્મીમાં હતો તેથી ગામમાં તેને કોઈ કન્યા દેવા તૈયાર નહોતું, પરિણામે તે પરણવા માટે મરણિયો થયો હતો. સરલા તેની કાકીના ત્રાસમાંથી છૂટવા માંગતી હતી તેથી તેણે નાછૂટકે

તેના કરતાં ઉંમરમાં દસેક વર્ષ મોટાં કર્મવીરને પરણવા માટે આખરે હા ભણી દીધી હતી!

સરલા સારી રીતે સમજતી હતી કે કર્મવીર દેશનું રક્ષણ કરવા જેવા મહાન કાર્ય સાથે સંકળાયેલો છે. જોકે તેને પતિ તરીકે સ્વીકારવા માટે સરલાનું મન માંડમાંડ તૈયાર થયું હતું. લગ્નની પહેલી રાત્રે જ સરલાની કર્મવીર પાસે જે પ્રેમ અને હૂંફની અપેક્ષા હતી તે ઠગારી નીવડી હતી. સરલાને સમજાઈ ગયું હતું કે કર્મવીરના જીવનમાં પત્નીનું સ્થાન માત્ર શારીરિક ભૂખ સંતોષવાનું સાધન જ હતું. થોડા દિવસમાં તો સરલાની માન્યતા દઢ થઈ ગઈ કે તેના પતિ પાસે દિલ જેવું કાંઈ છે જ નહીં. લાગણી અને સ્ત્રી-સન્માન જેવા શબ્દો કર્મવીરની ડિક્ષનેરીમાં હતા જ નહીં. બીજા જ વર્ષે પ્રતીકનો જન્મ થઈ ગયો હતો. ડિલિવરી પછી સરલાની તબિયત નરમ રહેતી હતી. કર્મવીરને વર્ષમાં માંડ બે કે ત્રણ વાર રજા મળતી ત્યારે ઘરે આવતો અને સરલાની નાદુરસ્ત તબિયત વિશે પૂછવાને બદલે કાયમ ડિસિપ્લિનની જ વાતો કર્યા કરતો. દિવસ દરમિયાન ડિસિપ્લિનની વાતો કરનાર કર્મવીર રાત્રે દારૂ પીને બિલકુલ ઇનડિસિપ્લિન્ડ બની જતો.

સરલાને દારૂની વાસ પ્રત્યે ખૂબ જ ચીડ હતી, પરંતુ કર્મવીર તે છોડી શકે તેમ નહોતો. ઘણા સમયથી જમવાનું ન મળ્યું હોય અને માણસ જે રીતે ભોજન પર તૂટી પડે તેવું કર્મવીરનું સરલા પ્રત્યેનું વર્તન રહેતું, જે સરલાને વધારે અકળાવતું હતું. તેણે ક્યારેય સરલાને પ્રેમાળ અને નૈસર્ગિક આલિંગન આપ્યું નહોતું, જેની સરલાને અપેક્ષા હતી. કર્મવીર વર્ષમાં બે કે ત્રણ વાર જ ઘરે આવી શકતો હતો તેથી સરલા તેને સહન કરી લેતી હતી અને બાકીના સમયમાં પ્રતીકનો ઉત્તમ ઉછેર કરવામાં જ પોતાનું ધ્યાન કેન્દ્રિત કરતી હતી.

કર્મવીરને તેની લશ્કરમાં સારી કામગીરીને કારણે મેજરનું પ્રમોશન મળ્યું ત્યારે તેના દિમાગમાં બ્રિગેડીયર બનવાનું ઝનૂન સવાર થઈ ગયું હતું. જોકે બ્રિગેડીયર સુધી પહોંચતા પહેલાં લશ્કરમાં લેફ્ટનન્ટ કર્નલ અને કર્નલ એમ બે પ્રમોશન તેણે મેળવવાં પડે તે વાતથી કર્મવીર

સારી રીતે વાકેફ હતો.

સમય વીતતો ગયો તેમ સરલા માનસિક રીતે કર્મવીરથી દૂર ને દૂર થતી જતી હતી. કદાચ એટલા માટે જ સરલાએ કર્મવીરની શહાદતને આસાનીથી સ્વીકારી લીધી હતી, કારણ કે સરલાના મનમાં ગ્રંથિ બંધાઈ ગઈ હતી કે આ માણસ દેશનો જ હતો... પોતાનો તો હરગિજ નહોતો જ!

ઘડિયાળમાં બેના ડંકા પડ્યા. સરલાએ ફરીથી પોતાના મનને પ્રશ્ન દોહરાવ્યો... દોઢ દાયકાના દામ્પત્યજીવનમાં તેણે શું મેળવ્યું હતું? હા... એક લાડકો દીકરો પ્રતીક અવશ્ય મેળવ્યો હતો, જેને કેન્દ્રમાં રાખીને જ તે જીવી રહી હતી. બીજે દિવસે સવારે પણ મા-દીકરા વચ્ચે ભારેખમ મૌન પથરાયેલું રહ્યું હતું. કેટલીક વાર મૌન.હજ્જારો સંવાદ કરતાં અનેકગણું વધારે કામ કરી જતું હોય છે!

અચાનક ગામના સરપંચ કેટલાક આગેવાનોને લઈને આવી પહોંચ્યા.

“સરલાબહેન, આવતીકાલે સવારે ગામના પાદરમાં મેજર કર્મવીરસિંહના સ્મારકનું ઉદ્‌ઘાટન કરવા માટે મુખ્યમંત્રી આવવાના છે. જાહેરસભામાં તમારે પ્રતીકની સાથે સ્ટેજ પર બેસવાનું છે.”

સરલાએ સંમતિ આપી એટલે તરત બધા રવાના થઈ ગયા.

સરલાએ જોયું કે પ્રતીક ગઈ કાલે મળેલી ટ્રોફીને હાથમાં લઈને ધ્યાનપૂર્વક જોઈ રહ્યો હતો. તેની નિર્દોષ આંખોમાં ઉજ્જ્વળ ભવિષ્ય માટેનાં કેટલાંય સ્વપ્નો હતાં. મા-દીકરાની આંખ મળી એટલે તરત જ પ્રતીકે પૂછ્યું :

“મમ્મી, દેશનું રક્ષણ કરવાનું કામ સારું ન કહેવાય?”

“પ્રતીક, તારા પપ્પા દેશનું રક્ષણ કરવાનું કામ જ કરતા હતા ને? દેશનું રક્ષણ કરવાનું કાર્ય તો મહાન કાર્ય કહેવાય.”

“તો તું મને કેમ રોકે છે... મમ્મી?”

“તને નહીં સમજાય બેટા, તું હજુ નાનો છો.” સરલાની આંખમાં આંસુ તગતગ્યાં.

“મમ્મી, હું એટલો નાનો નથી કે તારી આંખમાં રહેલી વ્યથાને

વાંચી ન શકું. પપ્પા તને ઘણી વાર દારૂ પીને પરેશાન કરતા હતા તે મારી સ્મૃતિમાં અકબંધ છે.”

સરલા સ્તબ્ધ થઈ ગઈ. તેને લાગ્યું કે દીકરો ઉંમરના પ્રમાણમાં ખરેખર ઘણો મેચ્યોર્ડ થઈ ગયો છે.

“મમ્મી, પપ્પાએ મને પણ ક્યારેય વહાલથી તેડ્યો હોય તેવું મને યાદ નથી. સમજણો થયો ત્યારથી તેમની પાસે ડિસિપ્લિન સિવાય અન્ય કોઈ વાત મેં સાંભળી જ નથી.”

સરલા ગમે તેમ તોય એક મા હતી અને કોઈ પણ મા ક્યારેય પોતાના સંતાનના મનમાં રહેલી તેના પિતાની આદર્શ મૂર્તિને ખંડિત થવા દેતી નથી. સરલા તરત બોલી ઊઠી : “ગમે તેમ તોય તે તારા પિતા હતા.”

“મમ્મી, હું તને પ્રૉમિસ આપું છું કે હું પપ્પા જેવો જ બહાદુર આર્મી ઑફિસર બનીશ. પરંતુ...”

પ્રતીક બોલતાં-બોલતાં અટકી ગયો.

“પરંતુ શું ?” સરલાથી અનાયાસે જ પુછાઈ ગયું.

“ફેમિલી લાઈફમાં પપ્પા જેવો ક્યારેય નહીં બનું.”

“એટલે ?”

“એટલે, એમ કે ગામમાં મારું સ્મારક થાય કે ન થાય, પરંતુ મારા કુટુંબીઓના હૃદયમાં મારી યાદનું તાજમહેલ જેવું સુંદર સ્મારક ચોક્કસ ઊભું થશે.” પ્રતીકે હાથમાં રહેલી ટ્રોફીને ચૂમતાં કહ્યું.

સરલા પ્રતીકને વળગીને છૂટા મોંએ રડી પડી. વર્ષોથી તેના મનમાં સંઘરાયેલો વસવસો આંસુ બનીને બહાર નીકળી રહ્યો હતો.

“દીકરા, હવે મારી જિંદગી પ્રત્યે કોઈ જ ફરિયાદ નથી, કારણ કે ભગવાને મને તારા જેવો સમજદાર દીકરો આપ્યો છે.”

પ્રતીકની આંખમાં પણ આંસુ ઊમટ્યાં. મા-દીકરાની આંખમાંથી વહેતી અશ્રુધારાનો અભિષેક પ્રતીકના હાથમાં રહેલી ટ્રોફી પર થઈ રહ્યો હતો !

‘અભિયાન’

દીપોત્સવી અંક, ૨૦૧૩

૧૭

અલવિદા

અમદાવાદ ઇન્ટરનેશનલ ઍરપૉર્ટ ઉપર એનાઉન્સમેન્ટ થઈ રહ્યું છે – લંડનથી અમદાવાદ આવી રહેલ ફ્લાઇટ બે કલાક મોડી છે. એનાઉન્સમેન્ટ સાંભળીને એરાઈવલ લૉન્જમાં આંટા મારી રહેલો આકાશ મનમાં જ બોલી ઊઠ્યો : રમીલાની રાહ જોવામાં દશકો કાઢી નાખ્યો, હવે બે કલાક વધારે! ત્યાં જ આકાશની બાજુમાંથી જિન્સ-ટીશર્ટવાળી એક છોકરી ખભા ઉપર પર્સ લટકાવીને પસાર થઈ એટલે આકાશને દશકા પહેલાંની કૉલેજિયન રમીલા યાદ આવી ગઈ. બંનેએ કૉલેજમાં છેલ્લાં બે વર્ષમાં ખૂબ ધિંગામસ્તી કરી હતી, સાથે રખડ્યાં હતાં, રમીલા સાથેની છેલ્લી મુલાકાતની યાદ આકાશના હૃદયમાં અક્ષરશઃ અકબંધ હતી!

"આકાશ, ચાલને આપણે લગ્ન કરી લઈએ" રમીલાએ... પ્રપોઝ કર્યું હતું.

"ના, રમીલા. લગ્નના બંધનમાં હું માનતો જ નથી, કારણ કે લગ્ન કરતી વખતે દરેક પુરુષે પોતાની પ્રસન્નતા દાવમાં લગાવવાની હોય છે! મેં ઘણા કિસ્સા જોયા છે કે લગ્ન પછી તેમનો

પ્રેમ લગ્નની વેદીમાંથી ધુમાડો બનીને નીકળી જતો હોય છે! વળી, ઘણુંખરું પરણેલાં યુગલો દંભ કરીને જ જીવતાં હોય છે અને મને દંભ પસંદ નથી."

"આકાશ, આજે તારા પ્રેમનું માપ નીકળી ગયું" રમીલાએ દુઃખી અવાજે કહ્યું હતું.

"રમીલા, પ્રેમ માપવાની નહીં, પરંતુ પામવાની ચીજ હોય છે! અને જરૂરી નથી કે તેના માટે લગ્ન કરવાં જ...!"

"તો..." રમીલાએ આશ્ચર્યથી પૂછ્યું હતું.

"લગ્ન વગર પણ સાથે રહી શકાય છે... હવે તો "લિવ ઇન રિલેશનશિપ" કાયદેસર છે!"

"વ્હોટ...? મારા સંસ્કારો તેના માટે ક્યારેય પરવાનગી નહીં આપે !"

"તો... મેં તને ક્યાં તે બાબતે ફોર્સ કર્યો છે ?"

બંને વચ્ચે મૌન પથરાઈ ગયું.

"હવે તને છેલ્લી વાર પૂછું છું, આકાશ! ખરેખર તું મારી સાથે લગ્ન નહીં કરે ?"

"મને નવાઈ લાગે છે, રમીલા! તું આજે એકાએક લગ્ન માટે આટલી બધી જિદ શા માટે કરે છે ?"

"આકાશ, મારા પપ્પા મને મારા મોટાભાઈ સાથે લંડન મોકલી રહ્યા છે અને તે પણ સ્ટુડન્ટ વિઝામાં..."

"તો...?" આકાશે રમીલાની આંખમાં જોઈને પૂછ્યું.

"તો... એમ કે મને આગળ ભણવાની ઇચ્છા છે જ નહીં. કોઈ પણ ભણવાની ચોપડી ખોલું છું અને તારો સોહામણો ચહેરો દેખાવા માંડે છે !"

"તો...?" આકાશનું ત્રાટક ચાલુ જ હતું.

"તો... પછી લંડન જઈને શું કરું ?"

"લગ્ન કર..." આકાશે બેફિકરાઈથી કહ્યું હતું.

"આકાશ તને અત્યારે મજાક સૂઝે છે, પણ મારા દિલ ઉપર કેવી વીતે છે, તેનો તને લેશમાત્ર અંદાજ નથી."

આખરે રમીલા નારાજ થઈને જતી રહી હતી અને છેલ્લી મુલાકાતની યાદ આકાશના દિલમાં છોડતી ગઈ હતી !

રમીલાના ગયા પછી આકાશે સજળ નેત્રે નિસાસો નાખ્યો હતો. રમીલા તારા દિલનો તો મને અહેસાસ છે જ, પરંતુ મારી કેવી મજબૂરી છે કે હું તને એ પણ નથી જણાવી શકતો કે 'લિવ ઇન રિલેશનશિપ' તો મારું માત્ર બહાનું છે, બાકી તારા સિવાય કોઈ છોકરીનો લગ્ન માટે હું વિચાર પણ કરી શકું તેમ નથી... કાશ... તારા પિતાને મેં તારા જીવનમાંથી ખસી જવા માટેનું વચન ન આપ્યું હોત !

હા... રમીલાના પિતા મનહરલાલના આકાશ ઉપર ઘણા ઉપકારો હતા. અનાથ આકાશ બાળપણથી એક જ પોળમાં રહેવાને કારણે ક્યારેક તેમના ઘરે આવતો અને આકાશની સ્કૂલ તથા કૉલેજનો તમામ ખર્ચ મનહરલાલે ઉપાડ્યો હતો. જમણા હાથે મદદ કરે તો ડાબા હાથને ખબર પણ ન પડવા દે તેવા મનહરલાલે ઘરમાં રમીલાને કે તેના મોટા દીકરા મૂકેશને પણ આ વાતનો અણસાર આવવા નહોતો દીધો, માત્ર એટલું જ નહીં, આકાશ પણ સમજણો થયો, ત્યારે તેને પણ સ્પષ્ટ રીતે બાંધી લીધો હતો કે આ વાત બહાર જવી ન જોઈએ. બાળપણથી મનહરલાલ દ્વારા મળતી મદદ માટે આકાશ તેમને વંદનીય માનતો ! જોગાનુજોગ આકાશ અને રમીલાને એક જ કૉલેજમાં સાથે ભણવાનું થયું. પરિણામે બંને વધારે નજીક આવ્યાં હતાં. આકાશે રમીલા સાથે શરૂઆતમાં તો સમાંતર અંતર રાખવાની ઘણી કોશિશ કરી હતી, કારણ કે ગમે તેમ તોય જે મનહરલાલના આટલાં બધાં અહેસાનો હતાં તેની દીકરી સાથે પ્રેમમાં તો કઈ રીતે પડાય ? પરંતુ યુવાનીમાં પ્રેમ ક્યારેય કોઈને પૂછીને થતો નથી હોતો. પરિણામે રમીલાએ શરૂઆત કરી અને બંને વચ્ચેનું અંતર ધીમેધીમે ઓગળતું ગયું હતું !

કૉલેજમાં છેલ્લા વર્ષનું રિઝલ્ટ આવ્યું ત્યારે મનહરલાલને થોડીક ગંધ આવી ગઈ હતી કે આકાશ અને રમીલા પ્રેમમાં છે, તેથી તેમણે આકાશને એકાન્તમાં બોલાવ્યો હતો... "આકાશ સાવ સાચું કહી દેજે... રમીલા સાથે તારે કેવો સંબંધ છે ?"

"ના... ના, કાકા એવું ખાસ કાંઈ નથી."

"હું ઇચ્છું જ છું કે એવું ખાસ કંઈ ન જ હોય, કારણ કે રમીલા માટે લંડનથી મારા જ એક કરોડપતિ મિત્રના દીકરાનું માગું આવ્યું છે અને હું માનું છું કે રમીલા તેને પરણીને વધારે સુખી થઈ શકશે."

"હા... હા કેમ નહીં !" આકાશે દિલ ઉપર પથ્થર મૂકી દીધો હતો.

"તો તું મને વચન આપ કે વહેલાસર રમીલાના જીવનમાંથી ખસી જઈશ, કારણ કે મને ખબર છે કે રમીલાનું મન તારા તરફ ઢળેલું છે." મનહરલાલના અહેસાનનો ભાર આવડો મોટો ભોગ લેશે તેવું તો આકાશે સ્વપ્નમાં પણ નહોતું વિચાર્યું, પરંતુ તેણે તરત મનહરલાલના હાથમાં હાથ આપીને વચન આપી દીધું હતું.

કોઈ પણ પ્રેમીઓ કેવી રીતે મળે છે, તેના કરતાં કેવી રીતે છૂટાં પડે છે તે તેમના જીવનમાં વધારે મહત્ત્વનું બની રહેતું હોય છે ! આકાશના જીવનમાં પણ તેમ જ બન્યું હતું. રમીલાના ગયા પછી મનહરલાલ પણ પોતાના મકાનને તાળું મારીને થોડા સમયમાં લંડન શિફ્ટ થઈ ગયા હતા... ચારેક માસ પછી લંડનમાં રમીલાના લગ્ન અને તરત જ છૂટાછેડાના સમાચાર પોળમાં ઘરેઘરે પ્રસર્યા હતા, પરંતુ મનહરલાલને આપેલ વચનને કારણે આકાશે રમીલા સાથેના અબોલા અકબંધ રાખ્યા હતા, બાકી બંને પાસે એકબીજાના સેલફોનના નંબર તો હતા જ !

આજકાલ કરતાં દશકો વીતી ગયો હતો. આકાશને સારી નોકરી મળી ગઈ હતી. લગ્ન કરવાનો વિચાર આવતો જ નહોતો, કેમ કે રમીલાની મધુર યાદના સહારે જ... જીવ્યે જતો હતો... ગયા વર્ષે જ આકાશની ઑફિસમાં ધરતી આવી હતી. દેખાવમાં સુંદર અને આકાશ કરતાં પાંચેક વર્ષ નાની હતી. ધરતીનું એક સ્મિત મેળવવા માટે ઑફિસના આકાશ સાથે કામ કરતા તમામ પુરુષો તલપાપડ રહેતા, પરંતુ ધરતીને આકાશ સિવાય કોઈનામાં રસ નહોતો. આકાશ કાયમ ધરતીથી દૂર ભાગવાનો જ પ્રયત્ન કરતો, પણ ધરતી એમ હાર માને તેવી નહોતી.

લંચ સમયમાં તેણે આકાશની સાથે જ કેન્ટીનમાં જમવાની શરૂઆત કરી દીધી હતી. આકાશે પોતાની આસપાસ બાંધેલી વાડ ધીમેધીમે ધરતી ઓળંગી રહી હતી! આખરે ગઈ કાલે ધરતીએ રમીલાની જેમ જ આકાશ સાથે લગ્ન કરવાનું સામેથી પ્રપોઝ કરી નાખ્યું હતું!

આકાશે વાત ઉડાડવાની કોશિશ કરી હતી... "ધરતી અને આકાશનું મિલન ક્યારેય જોયું છે?"

"હા...હા... કેમ નહીં? દરિયાકિનારે ઊભો રહીને ક્ષિતિજને ક્યારેક ધ્યાનથી જોઈશ ને, આકાશ, તો તને સમજાશે..." ધરતીએ દલીલ કરી હતી.

"એ મિલન નથી હોતું, ધરતી... એ તો માત્ર આભાસ જ હોય છે!" આકાશના અવાજમાં દર્દ હતું... જે તેના પ્રથમ પ્રેમની નિષ્ફળતાથી ઘેરાયેલું હતું!

"હવે... ફિલોસૉફીની વાતો રહેવા દે આકાશ... કાલે સાંજ સુધીમાં તું મને જવાબ આપીશ તોપણ ચાલશે." એટલું બોલીને ધરતી ઘરે જવા નીકળી ગઈ હતી. આકાશ સમજી ગયો હતો કે કદાચ ધરતી માટે ક્યાંકથી માંગું આવ્યું હશે... ઘરવાળાનું લગ્ન માટે દબાણ પણ હશે... ધરતી ન ગમવાનું કોઈ કારણ જ નહોતું, પરંતુ પ્રથમ પ્રેમ ભૂલવો આકાશ માટે અશક્ય થઈ પડ્યું હતું!

આજે રાત્રે આકાશ માટે ઊંઘવાનું પણ અશક્ય થઈ પડ્યું હતું!

રમીલા અત્યારે લંડનમાં શું કરતી હશે? ડીવોર્સ થયા પછી તેણે બીજાં લગ્ન કર્યાં હશે? આટલાં વર્ષોમાં તેને મારી યાદ જ નહીં આવી હોય? બારીની બહાર દેખાતા આકાશમાં ઝબૂકી રહેલી વીજળીમાં જાણે કે રમીલાનો રૂપાળો ચહેરો દેખાઈ રહ્યો હતો! આકાશ પથારીમાં પડખાં ઘસતો રહ્યો... ત્યાં જ અચાનક તેના સેલફોન ઉપર રિંગ વાગી. આકાશે ફોન ઉપાડ્યો.

"હાય... આકાશ... ઓળખાણ પડી?"

"રમીલા, તારો અવાજ તો હું સો વર્ષ પછી પણ ન ભૂલી શકું!" આકાશના અવાજમાં સચ્ચાઈનો રણકાર હતો.

"પણ... કેમ, એકાએક ?" આકાશ ગળગળો થઈ ગયો.

'ત્રણેક માસ પહેલાં પપ્પાનું કાર અકસ્માતમાં અવસાન થઈ ગયું હતું... છેલ્લેછેલ્લે તેમણે મને તારી પાસેથી લીધેલ વચન વિશે જણાવ્યું હતું... અને એટલા માટે જ તને મળવા માટે કાલે સવારે અમદાવાદ પહોંચું છું. મને ઍરપોર્ટ ઉપર લેવા માટે આવીશ ને ?"

"હા... હા... ચોક્કસ..." આકાશ આગળ કશું બોલી શક્યો નહોતો.

દસ વર્ષનું અંતર માત્ર બે મિનિટમાં બરફની જેમ ઓગળી ગયું હતું !

વહેલી સવારે ઍરપોર્ટ ઉપર માણસોની પુષ્કળ અવરજવર હતી. ફ્લાઇટની રાહ જોવામાં આખરે બે કલાક વીતી ગયા અને આકાશના ચિત્ત ઉપર કબજો જમાવીને બેઠેલી રમીલાની 'યાદોં કી બારાત' પસાર થઈ ચૂકી હતી ! હવે આકાશનું ધ્યાન લંડનની ફ્લાઇટમાંથી ઊતરીને એરાઈવલ લૉન્જમાં આવી રહેલાં પેસેન્જરો તરફ હતું... ત્યાં જ સામેથી હાથ હલાવતી રમીલા લગભગ દોડતી આવી અને આકાશને વળગી પડી. બે પ્રેમીઓનું દશકા પછીનું મિલન યાદગાર બની રહ્યું હતું ! આસપાસની દુનિયાને ભૂલીને બંને આલિંગનબદ્ધ થઈ ચૂક્યાં હતાં ! ઇન્ટરનેશનલ ઍરપોર્ટ ઉપર આવાં દશ્યો સામાન્ય હોય છે તેથી અન્ય માણસો તે તરફ ધ્યાન પણ નહોતા આપતા !

"ઘરે જતાં પહેલાં આપણે કૅન્ટીનમાં જ બ્રેકફાસ્ટ લઈએ તો ?" રમીલાએ જ વાતની શરૂઆત કરી.

"અફકોર્સ યસ..." આકાશે તરત તેની વાત સ્વીકારી લીધી અને બંને ઍરપોર્ટની જ કૅન્ટીનમાં જઈને બેઠાં.

"આકાશ... તેં તો ગજબનો ભોગ આપ્યો... પપ્પાને વચન આપ્યું હતું તે બાબતનો મને અણસાર પણ ન આવવા દીધો ?"

"હા... રમીલા હજુ સુધી હન્ડ્રેડ પર્સન્ટ કુંવારો છું ! તારી રાહ હું ચાતકની જેમ જોઈ રહ્યો હતો, બસ, ખબર નહોતી કે આપણું મિલન ક્યારે થશે ?"

"તેં મારી ખરા હૃદયપૂર્વક રાહ જોઈ છે અને મારું અતૃપ્ત મન તને મળવા માટે બેતાબ હતું તેથી જ ખાસ તને મળવા માટે અમદાવાદ

આવી છું..." રમીલાએ આકાશના બંને હાથ પોતાના હાથમાં લેતાં કહ્યું.

રમીલાના હાથની ઉષ્મા અને આંખમાંથી નીકળી રહેલાં આંસુ આકાશના હાથને જ નહીં, પરંતુ સમગ્ર અસ્તિત્વને ભીંજવી રહ્યાં હતાં !

"ચાલ, રમીલા આપણે બંને અહીંથી સીધાં મંદિરમાં જઈને લગ્ન કરી લઈએ... અને ત્યાર બાદ કોર્ટમાં જઈને કાયદેસર લગ્ન..."

"લગ્ન...?" રમીલા ચમકી : "સાચું કહું આકાશ, લંડનમાં મારાં બે વાર લગ્ન અને બંને વાર ડીવોર્સ થયા છે."

"જો રમીલા, મને તારા ભૂતકાળમાં કોઈ રસ નથી" આકાશ ગમે તેમ તોય રમીલાનો સાચો પ્રેમી હતો. દિલ ફાડીને તેણે રમીલાને પ્રેમ કર્યો હતો અને સાચા પ્રેમીઓ ક્યારેક ભૂતકાળના પોપડા ઉખેડવાની કોશિશ પણ નથી કરતા હોતા !

"પણ... આકાશ... બે વાર દાઝ્યા પછી મને લગ્ન પ્રત્યે જ નફરત થઈ ગઈ છે... પુરુષો લગ્ન પહેલાં તો સ્ત્રીની આગળ-પાછળ પૂંછડી પટપટાવતા હોય છે, પણ એક વાર લગ્ન થઈ જાય એટલે તેને ગુલામ સમજવા માંડે છે !"

આકાશે નોંધ્યું કે રમીલાને પશ્ચિમનો પવન લાગી ચૂક્યો છે. તેણે ધીરજથી સહાનુભૂતિપૂર્વક કહ્યું... "રમીલા, તારો લગ્ન પ્રત્યેનો આક્રોશ હું સમજી શકું છું, પણ..."

"પણ... આપણે લગ્ન વગર પણ સાથે તો રહી જ શકીએ ને ?" રમીલાએ પ્રશ્નાર્થ કર્યો.

"યુ...મીન... લિવ ઇન રિલેશનશિપ ? આકાશના અવાજમાં ધ્રુજારી હતી.

"અફકોર્સ યસ..." રમીલાએ સ્મિત કર્યું.

"ના, રમીલા લગ્નપ્રથા જેવી સમાજમાં બીજી એક પણ સારી વ્યવસ્થા નથી, કારણ કે લિવ ઇન રિલેશનશિપમાં ભવિષ્યમાં જે બાળકો થાય છે તેનું ભાવિ અંધકારમય હોય છે, તેથી જ તો પશ્ચિમના દેશોમાં પણ યુગલોને લગ્ન કરવા માટે પ્રોત્સાહનો અપાય છે !"

"તારું ભાષણ પૂરું થઈ ગયું ?" રમીલાએ નારાજગી વ્યક્ત કરી.

રમીલાને નારાજ થતી જોઈને આકાશ બોલતો બંધ થઈ ગયો. થોડી વાર પછી રમીલાએ ઘટસ્ફોટ કર્યો... "આકાશ, હું લગ્નના બંધનમાં પડવા માંગતી જ નથી."

આકાશ રમીલાના જિદ્દી સ્વભાવને જાણતો હતો... સ્ત્રીહઠની સામે દુનિયાની કોઈ પણ તાકાત નાની પડતી હોય છે... સિવાય કે પુરુષ જો છેડો ફાડી દે... આકાશે છેડો ફાડવાના નિર્ધાર સાથે જ કહ્યું... "હું તારી સાથે સહમત નથી, લગ્ન વગર તારી સાથે રહેવાની મારી બિલકુલ તૈયારી નથી."

"ઓ...કે... ગુડ બાય... આકાશ... હવે હું પણ મારા વિચારો બદલી શકું તેમ નથી... હમણાં જ રિટર્ન ફ્લાઇટમાં મુંબઈ જાઉં છું અને ત્યાંથી સીધી લંડન." રમીલાએ ઝડપથી ડિપાર્ચર લૉન્જ તરફ ચાલવાનું શરૂ કર્યું.

આકાશ રમીલાને ફરીથી એક વાર જતી જોઈ રહ્યો... રમીલાની ચાલમાં મક્કમતા હતી, જે દર્શાવતી હતી કે તે આકાશને કાયમ માટે અલવિદા કરીને જઈ રહી હતી!

અચાનક બહાર વીજળીનો કડાકો થયો અને આકાશ ઊંઘમાંથી સફાળો બેઠો થઈ ગયો. બહાર વરસાદ ચાલુ થઈ ગયો હતો. બારીમાંથી આવતી પાણીની વાછટને કારણે આકાશનો ચહેરો ભીનો થઈ ગયો હતો કે આંખમાં આવેલાં આંસુના ઘોડાપૂરને કારણે તે નક્કી કરવું મુશ્કેલ હતું! પોળના મકાનમાં છાપરા ઉપર પડતો વરસાદ જાણે કે આકાશના હૃદયને પણ ભીંજવી રહ્યો હતો! રાત્રે પડખાં ઘસતાં-ઘસતાં આકાશને ક્યારે ઊંઘ આવી ગઈ હતી તેનો ખ્યાલ નહોતો આવ્યો અને વહેલી સવારે રમીલા તેના સ્વપ્નમાં આવીને અલવિદા કરીને જતી રહી હતી! વહેલી સવારનાં સ્વપ્નોમાં ક્યારેક સચ્ચાઈનો રણકાર હોય છે. ત્યાં તો... બારીની બહાર આકાશમાં વીજળી ઝબૂકી... આ વખતે આકાશને રમીલાની જગ્યાએ ધરતીનો સુંદર ચહેરો દેખાયો. આકાશે તરત જ આવતી કાલે ધરતીની લગ્નની પ્રપોઝલને સ્વીકારી લેવાની મનમાં ગાંઠ વાળી દીધી. બારી બંધ કરીને આકાશે ઊંઘવાનો પ્રયત્ન શરૂ કર્યો.

બીજે દિવસે સવારે નવ વાગે ઘરને લૉક કરીને આકાશ ઑફિસે જવા માટે બહાર નીકળ્યો ત્યારે પોળમાં દશેક મકાન દૂર આવેલું રમીલાના મકાનનું બારણું ખુલ્લું જોઈને આકાશને આશ્ચર્ય થયું. છેલ્લા દશકાથી આ મકાન બંધ જ હતું. તેણે બહારથી જ અંદર નજર કરી તો રમીલાના મોટાભાઈ મૂકેશભાઈ કોઈકની પાસે ઘરમાં સાફસૂફી કરાવતા હતા.

"અરે... આવ... આવ આકાશ..." મૂકેશભાઈ આકાશને ઓળખી ગયા.

"ક્યારે આવ્યા મૂકેશભાઈ ?"

"બસ, આજે સવારની ફ્લાઇટમાં જ આવ્યો. બે-એક દિવસ અહીં રહેવું છે પછી તો હરિદ્વાર અસ્થિવિસર્જન માટે જવું છે."

"કોનાં અસ્થિ ?" આકાશે ધીમેથી પૂછ્યું.

"પપ્પાનાં અને રમીલાનાં..." મૂકેશભાઈએ નિસાસો નાખ્યો.

"વ્હોટ...?" આકાશથી ચીસ પડાઈ ગઈ.

"હા... ત્રણેક માસ પહેલાં પપ્પાનું અને રમીલાનું કાર અકસ્માતમાં અવસાન થયું હતું... હજુ પોળમાં પણ આ સમાચાર સૌપ્રથમ તને જ આપું છું."

આકાશના શરીરમાંથી ભયનું એક લખલખું પસાર થઈ ગયું. મનહરલાલના કાર અકસ્માતમાં મોતના સમાચાર તો ખુદ રમીલાએ જ તેને વહેલી સવારે સ્વપ્નમાં આપી દીધા હતા ! શું રમીલા પોતાના બદલાયેલા વિચારોની જાણ કરવા માટે જ સ્વપ્નમાં આવી હતી કે પછી કાયમ માટે અલવિદા કરવા માટે ?

વહેલી સવારે લંડનથી આવતી ફ્લાઇટમાં જ રમીલાનાં અસ્થિ મૂકેશભાઈની સાથે આવ્યાં હતાં... તો શું તે અસ્થિકુંભે જ પોતાને રિસીવ કરવા માટે જ આકાશને સ્વપ્નમાં ઍરપોર્ટ બોલાવેલ અને તેને વાર્તાલાપ કરવા માટે મજબૂર કરેલ ? આકાશ તેના મનમાં ઊભા થતા પ્રશ્નોના વમળમાં ઘેરાઈ ગયો હતો !

મૂકેશભાઈએ બંને અસ્થિકુંભ ટેબલ ઉપર સાચવીને મૂક્યા... રમીલાના અસ્થિકુંભમાંથી જાણે કે પડઘા પડી રહ્યા હતા... 'મારું અતૃપ્ત મન તને મળવા માટે બેતાબ હતું... છેલ્લી વાર સ્વપ્નમાં તો સ્વપ્નમાં પણ તને મળાઈ ગયું છે, તેથી મારા આત્માને શાંતિ મળી ગઈ છે... આપણું મિલન હવે શક્ય નહોતું તેથી લિવ ઇન રિલેશનશિપ તો મારું પણ માત્ર બહાનું જ હતું !... ગુડબાય આકાશ... અલવિદા...!'

'અભિયાન',
તા. ૧૪-૫-૨૦૧૧

૧૮

સિક્સ્થ સેન્સ

"યાર સોહન, અમારી સ્ટન્ટમૅનની તો કોઈ જિંદગી છે? જીવના જોખમે સ્ટન્ટ કરીએ અમે અને તમામ ક્રેડીટ લઈ જાય હીરો !"

"હા... આલોક, તારી વાત સાચી છે, પ્રેક્ષકોની તાળીઓ હંમેશાં હીરોને જ મળતી હોય છે. એટલા માટે તો હું હીરો બનવા માંગું છું." સોહને તેનાં લાંબાં જુલ્ફાંમાં હાથ ફેરવતાં કહ્યું.

"દોસ્ત, તને ચોક્કસ ચાન્સ મળશે, કારણ કે હિન્દી ફિલ્મોમાં તારા જેવા ચૉકલેટી ચહેરાવાળાને જ હીરો બનવાનું સૌભાગ્ય પ્રાપ્ત થતું હોય છે."

આલોકની વાત સાંભળીને સોહનનો સોહામણો ચહેરો વધારે ખીલી ઊઠ્યો, સોહનનું બાળપણથી જ એકમાત્ર સ્વપ્ન હતું... હિન્દી ફિલ્મોના હીરો બનવાનું ! આલોક અને સોહન લંગોટિયા મિત્રો હતા. બંનેએ કૉલેજમાં લેક્ચર બંક મારીને ફિલ્મો જોવા પર હંમેશાં વધારે ધ્યાન આપ્યું હતું ! સોહન કરતાં આલોક દોઢ-બે વર્ષ મોટો હતો. આલોકનો ચહેરો સામાન્ય હતો, પરંતુ તેનો મજબૂત બાંધો અને કસરતી શરીર-

સૌષ્ઠવ તેને હીમૅનનો લુક આપતો હતો. મસ્ક્યુલર બૉડીને કારણે તેની પર્સનાલિટી અલગ જ પડી જતી હતી. જ્યારે સોહન એકદમ દેખાવડો અને આકર્ષક વ્યક્તિત્વનો માલિક હતો. લેટેસ્ટ ફૅશનની હેર સ્ટાઇલ અને કપડાંનો તેને ગાંડો શોખ હતો. આલોકને જીવસટોસટનાં સાહસ કરવાનો ગાંડો શોખ હતો. આલોક માનતો હતો કે યુવાની એટલે જ સાહસ – જ્યારે સોહનને ફિલ્મની હીરોઇન સાથે રોમાન્સનાં જ રાત-દિવસ સપનાં આવતાં હતાં, હા... બંનેનું ધ્યેય એક જ હતું... ગમે તેમ કરીને ફિલ્મ ઇન્ડસ્ટ્રીમાં ઍન્ટ્રી લેવી... પરંતુ સોહનને તો મુખ્ય હીરો સિવાય કોઈ રોલ ખપતો જ નહોતો, કારણ કે તે પોતાના સ્માર્ટ લુકથી સારી રીતે વાકેફ હતો.

બંને મિત્રો ઘણા સમયથી સ્ટુડિયોના ચક્કર કાપતા હતા. એક વાર એક ફિલ્મના શૂટિંગ દરમિયાન મોટરસાઇકલ પર સ્ટન્ટ કરવામાં એક ડુપ્લીકેટ ગંભીર રીતે ઘવાયો, પરિણામે તેની અવેજીમાં આલોકને તક મળી ગઈ. આલોકના મોટરસાઇકલના સ્ટન્ટ જોઈને શૂટિંગમાં હાજર રહેલા સૌ કોઈ દંગ રહી ગયા હતા. આલોકને એક પછી એક સ્ટન્ટ માટેની ઑફર મળવા લાગી અને ધીમેધીમે તેનો સિક્કો ફિલ્મી બજારમાં ચાલવા લાગ્યો હતો. પાંચેક હીરોના ડમી તરીકે હવે આલોક ફિક્સ થઈ ગયો હતો.

આલોકના દરેક શૂટિંગમાં સોહન અવશ્ય હાજર રહેતો હતો. બધાંનું ધ્યાન તેના તરફ ખેંચાય તે માટે સોહન પોતાના બંને હાથ વડે સ્ટાઇલથી પોતાના લાંબા વાળને ઉછાળતો રહેતો, પરંતુ હજુ તેના નસીબ આડેનું પાંદડું ખસવાનું જાણે કે નામ જ નહોતું લેતું!

એક વાર દરિયાકિનારે શૂટિંગની તૈયારી થઈ રહી હતી, નવી ફિલ્મના શૂટિંગનો પહેલો જ શૉટ હતો. સ્ટોરીની થીમ પ્રમાણે હીરોએ હેલિકોપ્ટરમાંથી કૂદીને નીચે પાણીમાં ડૂબી રહેલી હીરોઇનને બચાવવાની હતી. ફિલ્મના હીરો વામનકુમારને વૉટર ફોબિયા હતો તેથી તે પાણીવાળું આખું દૃશ્ય જ કઢાવવા માટે ડાયરેક્ટર રવિ કપૂરની સામે જિદ્દે ચડ્યો હતો. રવિ કપૂરની દલીલ એવી હતી કે હેલિકોપ્ટરમાંથી કૂદવાનો

જોખમી સીન તો ડુપ્લીકેટ એટલે કે આલોક કરવાનો છે, હીરોએ તો માત્ર હીરોઇનને તેના બાહુપાશમાં ઊંચકીને પાણીની બહાર જ આવવાનું છે. વામનકુમાર કોઈ પણ રીતે માનવા તૈયાર નહોતો તેથી ડાયરેક્ટર રવિ કપૂરનું મગજ છટક્યું હતું. તેણે તરત જ વામનકુમારને ફિલ્મમાંથી હાંકી કાઢવાનું જાહેર કરી દીધું. આ તકનો લાભ લઈને આલોકે તરત જ રવિ કપૂરને સોહનની ભલામણ કરી દીધી. રવિ કપૂરની અનુભવી આંખે સોહામણા સોહનને માપી લીધો અને તરત જ તેને ચાન્સ આપ્યો.

કેમેરા સ્ટાર્ટ થઈ ગયા. હેલિકોપ્ટરમાંથી આલોક પાણીમાં કૂદીને કેમેરાની રેન્જની બહાર જતો રહ્યો અને પાણીમાં સોહન હીરોઇનની લગોલગ પહોંચી ગયો. સોહન રોમાંચિત થઈ ગયો હતો, કારણ કે તેના પહેલા જ દશ્યનું શૂટિંગ ઇન્ડસ્ટ્રીની નંબર વન હીરોઇન શાલિની સાથે... જે દેશના લાખો યુવાનોના દિલની ધડકન હતી! સોહને આવી સંગેમરમર જેવા રૂપના ખજાનાને પાણીમાંથી ઊંચકીને બહાર લાવવાની હતી! પહેલાં જ સીનમાં સોહન નર્વસ થઈ ગયો, કારણ કે શાલિની જેવી મોટા ગજાની અભિનેત્રીની સામે આંખમાં આંખ પરોવીને અભિનય કરવાનો હતો. સોહનને આલોક અને ડાયરેક્ટરે પુષ્કળ મોટિવેશન આપ્યું, ત્યારે પાંચેક રીટેઈક થયા બાદ સીન ઓકે થયો. આમ આખરે સોહન ફિલ્મ ઇન્ડસ્ટ્રીનું પ્રથમ પગથિયું ચડ્યો હતો.

શૂટિંગ પૂરું થયા બાદ બીચ પર સોહન ભીનાં કપડે જ આલોકને ભેટી પડ્યો હતો.

“દોસ્ત, થેન્ક યૂ વેરી મચ. તેં આજે મને પ્રથમ ફિલ્મ અપાવી છે.”

“સોહન દોસ્તીમાં આભાર માનવાનો ન હોય. બસ, હવે તું ફિલ્મ ઇન્ડસ્ટ્રીમાં છવાઈ જા તેવી મારી ખ્વાહિશ છે.” આલોકે સોહનને પ્રોત્સાહિત કરતાં કહ્યું હતું,

“મારી પણ હવે ઘણી બધી ખ્વાહિશ છે.” સોહનનું ધ્યાન બોલતી વખતે વેનીટીવાનમાં બેસી રહેલી શાલિની તરફ હતું, સોહનને આજે તેનાં અનેક સ્વપ્નો પૂરાં થતાં દેખાતાં હતાં... ફિલ્મનું પ્રથમ શૂટિંગ... હીરોઇનનો ભીનોભીનો સ્પર્શ... એ પણ એવી નંબર વન હીરોઇન

શાલિની જેની માત્ર એક ઝલક મેળવવા માટે લાખો યુવાનો હવાતિયાં મારતા હતા !

"શું વિચારમાં પડી ગયો સોહન ?" આલોકે સોહનને હલાવ્યો.

"હું વિચારું છું આલોક, પછી તું મને એમ તો નહીં કહેને કે હું જીવના જોખમે સ્ટન્ટ કરું છું અને ક્રેડિટ બધી તું લઈ જાય છે."

"અરે ગાંડા, તું તો કેવી વાત કરે છે ? આપણી દોસ્તીમાં આવી બધી બાબતોને સ્થાન જ ન હોય... બસ, એક વાર તારું આ ઇન્ડસ્ટ્રીમાં નામ થઈ જાય એટલે આપણે જંગ જીત્યા..." આલોક લાગણીસભર અવાજે સોહનને દિલથી શુભેચ્છા આપી રહ્યો હતો. સોહન પણ ગળગળો થઈ ગયો અને ફરીથી આલોકને ભેટી પડ્યો. ક્ષિતિજ પર ડૂબી રહેલ સૂર્ય પણ જાણે કે બંને મિત્રોની દોસ્તીને સલામ કરી રહ્યો હતો !

સમયનું ચક્ર ફરતું ગયું, સોહન હવે સોહનકુમાર બની ગયો હતો. તેણે દસેક હીટ ફિલ્મો આપી હતી. જોગાનુજોગ તમામ ફિલ્મોમાં મુખ્ય હીરોઇન તેની જ ડ્રીમગર્લ શાલિની હતી. ફિલ્મોમાં બંનેની કેમેસ્ટ્રી બરોબર જામતી હતી. મોડી રાત સુધી ફિલ્મી પાર્ટીઓમાં સોહનકુમાર અને શાલિની સાથે આલોક પણ જોડાતો હતો. આલોક સોહનનો પડછાયો બનીને જ ઇન્ડસ્ટ્રીમાં રહેતો હતો અને તેને તમામ બાબતોથી માહિતગાર રાખતો હતો, જેથી સોહનકુમાર કોઈ પણ હીરો કરતાં ઊણો ન ઊતરે. સોહનકુમારની લોકપ્રિયતાનું ઘોડાપૂર એવું આવ્યું હતું કે ભલભલા હીરો તેમાં તણાઈ ગયા હતા. સોહનકુમાર ખરેખર ઇન્ડસ્ટ્રીમાં છવાઈ ગયો હતો.

હવે સોહનકુમારનું એકમાત્ર સ્વપ્ન હતું શાલિની સાથે લગ્ન કરવાનું... શાલિની સોહન કરતાં પાંચેક વર્ષ મોટી હતી... અલબત્ત દેખાતી હતી નાની. સોહન શૂટિંગ સિવાયના સમયમાં શાલિનીની નજીક જવાના ઘણા પ્રયત્નો કરતો, પરંતુ શાલિની હંમેશાં તેની સાથે સેઈફ ડિસ્ટન્સ જ રાખતી અને બંને વચ્ચે પ્રોફેશનલ રિલેશન જળવાઈ રહે તેનું સતત ધ્યાન રાખતી હતી.

અચાનક એક ગમખ્વાર અકસ્માત બની ગયો, પાણીની અંદર

ભયજનક ઊંડાઈએ આલોકનું શૂટિંગ ચાલી રહ્યું હતું તે દરમિયાન અચાનક તેના આૅક્સિજન સિલિન્ડરમાં લીકેજ થયું. આલોકને ઑક્સિજન મળતો બંધ થઈ ગયો. તેણે સપાટી પર આવવાની ઘણી કોશિશ કરી, પરંતુ તેમાં સફળતા મળી નહીં અને તેનું પ્રાણપંખેરું ઊડી ગયું. આલોકનો જીવ ગયો તોપણ ડાયરેક્ટર શૂટિંગ ચાલુ રાખવાના મૂડમાં હતા, કારણ કે ફિલ્મ ઇન્ડસ્ટ્રીમાં ડુપ્લીકેટની કિંમત કોડીની પણ હોતી નથી. આખરે સોહનકુમારના આગ્રહથી પેક-અપ જાહેર કરવામાં આવ્યું, બીચ પર શાલિની મૂડલેસ થઈ ગઈ હતી, રડીરડીને તેની આંખો સૂઝી ગઈ હતી, સોહન જાણતો હતો કે શાલિનીને આલોક પ્રત્યે સૉફ્ટ કૉર્નર હતો તેથી તે શાલિનીનું દુઃખ સમજી શકતો હતો અને શાલિનીના બંને હાથ પકડીને તેને સાંત્વન આપવાની કોશિશ કરતો હતો, ડુપ્લીકેટના મૃત્યુને પ્રેસમાં પણ કોઈ જ મહત્ત્વ આપવામાં આવતું નથી, પરંતુ મરનાર ડુપ્લીકેટ આલોક, સુપરસ્ટાર સોહનકુમારનો અંગત મિત્ર હતો તેથી આ ઘટનાની પ્રેસવાળાએ નાનકડી નોંધ લીધી હતી... જો આ રીતે કોઈ હીરોનું અવસાન થયું હોત તો આ દુઃખદ ઘટનાને મીડિયાએ ફુલ કવરેજ આપ્યું હોત !

એકાદ માસ પછી મીડિયાએ શાલિની અને સોહનકુમારના પ્રેમ પ્રકરણને ખૂબ જ ચગાવ્યું હતું. રીલ લાઈફની આદર્શ જોડી હવે રિયલ લાઈફમાં પ્રભુતામાં ક્યારે પગલાં પાડશે તેની અટકળો થઈ રહી હતી. સોહનકુમાર એવૉર્ડ સમારંભમાં શાલિની સાથેના વિવાહનું એનાઉન્સમેન્ટ કરશે તેવી વાત પણ મીડિયાએ જ ચગાવી હતી.

આખરે એવૉર્ડ સમારંભનો દિવસ આવી ગયો. બેસ્ટ એક્ટર તરીકે જ્યારે સોહનકુમારનું નામ ઘોષિત થયું ત્યારે આખા ઑડિયન્સે સ્ટેન્ડિંગ ઓવેશન આપ્યું. તાળીઓના ગડગડાટ વચ્ચે હેન્ડસમ સોહનકુમારે એવૉર્ડ સ્વીકાર્યો અને થોડી વાર પછી હૉલમાં સોહનકુમારને સાંભળવા માટે પીન ડ્રોપ સાઇલેન્સ છવાઈ ગયું.

સમગ્ર હૉલમાં સોહનકુમારનો ઘેઘૂર અવાજ ગુંજી ઊઠ્યો.

“જેમ બેસ્ટ એક્ટરનો એવૉર્ડ જાહેર કરવામાં આવે છે, તેમ બેસ્ટ

ડુપ્લીકેટ કે સ્ટન્ટમેનનો પણ એવૉર્ડ હોવો જોઈએ તેવી હું જ્યુરીને વિનંતી કરું છું... કારણ કે સાચા હીરો તો એ લોકો છે, જેઓ જીવ-સટોસટની બાજી ખેલીને ગુમનામીની ચાદર ઓઢીને જ આ ફાની દુનિયા છોડીને જતા રહેતા હોય છે" સોહનકુમારે આંખમાં આંસુ સાથે એવૉર્ડ ઊંચો કરીને ઉપર જોયું... "આલોક, માય ડિયર ફ્રેન્ડ યુ આર ધ રિયલ હીરો ઍન્ડ ડિઝર્વિંગ ફોર ધીસ એવૉર્ડ." ફરીથી તાળીઓનો ગડગડાટ થયો જે આલોક માટે પડી રહી હતી. એક હીરોને કારણે આજે ડુપ્લીકેટને સન્માન મળી રહ્યું હતું !"

વાતાવરણ હળવું કરવા માટે સોહનકુમારે ઇશારાથી તેની જ એક ફિલ્મનું રોમાન્ટિક ગીત બેક ગ્રાઉન્ડમાં ધીમા અવાજે મુકાવ્યું. લોકો ઝૂમી ઊઠ્યા, સોહનકુમારે શાલિનીને સ્ટેજ પર આવવા માટે આમંત્રણ આપ્યું. ઑડિયન્સ હવે તેમના વિવાહનું એનાઉન્સમેન્ટ સાંભળવા માટે અધીરું બની ગયું હતું. શાલિની ધીમા પગલે સ્ટેજ પર આવી, અસંખ્ય કૅમેરાના સતત ફ્લૅશ વચ્ચે શાલિનીનો રૂપાળો ચહેરો વધારે રૂપાળો લાગી રહ્યો હતો, મ્યુઝિક બંધ થયું એટલે સોહનકુમાર શાલિનીને ભેટવા ગયો... ત્યાં અચાનક શાલિનીએ તેના હાથમાંથી એવૉર્ડ ઝૂંટવીને તેને ધક્કો માર્યો. સૌ કોઈને આ દશ્ય જોઈને આંચકો લાગ્યો. શાલિનીનો મધુર અવાજ માઈક પરથી રેલાઈ રહ્યો હતો. "સોહનકુમાર કોઈ એનાઉન્સમેન્ટ કરે તે પહેલાં મારે એક સરપ્રાઇઝ એનાઉન્સમેન્ટ કરવું છે... સોહનકુમાર એક્ટિંગ સારી કરી જાણે છે, હમણાં જ સોહનકુમારે તેના મિત્ર આલોકને આ એવૉર્ડ અર્પણ કરવાની રડતી આંખે જે રીતે વાત કરી તે તેનો ઉત્તમ અભિનય હતો, કારણ કે આલોકને કાવતરાથી સોહનકુમારે જ મારી નાખ્યો છે" શાલિનીએ ધડાકો કર્યો.

"શાલિની, આ તું શું બોલે છે ?" સોહનકુમારના અવાજમાં ગભરાટ હતો.

"હા, સોહનકુમાર, આ વાતની મને પણ આજે સવારે જ ખબર પડી છે, તું જાણતો હતો કે હું તારા કરતાં વધારે આલોકને પસંદ કરતી હતી. મને આલોકનો નિખાલસ સ્વભાવ પસંદ હતો, મને આલોકની

બિન સ્ટાઇલીશ સાદીસીધી રીતભાત પસંદ હતી, મને આલોકના સ્ટન્ટ પસંદ હતા, મને આલોકનું સિક્સપેક શરીર પસંદ હતું... તેટલા માટે જ તેં કોઈને ખબર ન પડે તે રીતે સેટ પર ડેમેજ્ડ ઑક્સિજન સિલિન્ડર આલોક માટે મુકાવી દીધું હતું જેને કારણે આલોકે પાણીમાં તરફડિયાં ખાઈને જીવ ગુમાવ્યો હતો. તેં આચરેલ ગુનાનો કોઈ જ પુરાવો નહોતો, પરંતુ મારી સિક્સ્થ સેન્સ કહેતી હતી કે તને આલોક આંખના કણાની જેમ ખૂંચતો હતો, કારણ કે હું તેને પસંદ કરતી હતી. તેથી જ આલોકના મૃત્યુ બાદ તારા સેક્રેટરીને મેં તારી વધારે ચમચાગીરી કરીને તારી પાસેથી વાત કઢાવવાનું અઘરું કામ સોંપ્યું હતું. ઓવરકોન્ફિડન્સમાં તેં તારા ગુનાની કબૂલાત તારા સેક્રેટરી સમક્ષ કરી દીધી જેનું ચાલાકીપૂર્વક વીડિયો રેકોર્ડિંગ તેણે કરી લીધું હતું જે આજે સવારે જ તેણે મને બતાવ્યું છે. તારા જેવા દગાબાજ માણસને તો હું સૂંઘું પણ નહીં... હવે જેલની હવા ખાવા માટે તૈયાર થઈ જા... રાસ્કલ !" શાલિનીના અવાજમાં ધ્રુજારી હતી.

સોહનકુમારે સ્ટેજ પરથી છટકવાની કોશિશ કરી, પરંતુ તેના જ પ્રોટેક્શન માટે તહેનાત થયેલી પોલીસે તેને પકડી પાડ્યો. મીડિયાને બ્રેકિંગ ન્યુઝ મળી ગયા હતા, શાલિનીએ કરેલ સરપ્રાઇઝ એનાઉન્સમેન્ટ કોઈ પણ ફિલ્મી કહાનીના સસ્પેન્સને આંટી દે તેવું હતું ! શાલિનીની સિક્સ્થ સેન્સને કારણે એક સોહામણા ચહેરા પાછળ છુપાયેલ ગુનાહિત ચહેરો જાહેરમાં બેનકાબ થઈ ગયો હતો !

વિરાજ
સપ્ટેમ્બર, ૨૦૧૪

૧૯

શ્રદ્ધાંજલિ

"મે આઈ કમ ઇન સર?" બ્લૂ જીન્સ અને વ્હાઈટ ટી-શર્ટ પહેરેલા એક હેન્ડસમ યુવાને કેન્સર હૉસ્પિટલના મોસ્ટ સિનિયર ડૉક્ટર વ્યાસ સાહેબની કેબિનમાં આવવાની પરવાનગી માગી.

"યસ... પ્લીઝ કમ સાહિલ... બ્લડ ડૉનેટ કરી આવ્યો એમ ને?" ડૉક્ટર સાહેબે સાહિલના ડાબા હાથ ઉપર બાંધેલો નાનો પાટો જોઈને પૂછ્યું.

"હા... સાહેબ, દર વર્ષે આપને મળવાનો એકમાત્ર મોકો મળે છે."

"શું કરે છે આજકાલ તું?"

"સાહેબ, સ્પોર્ટ્સ ક્વોટામાં મને બૅંકમાં નોકરી મળી ગઈ છે."

થોડીઘણી ઔપચારિક વાતો કરીને સાહિલ રવાના થઈ ગયો. સાહિલને જતો જોઈને ડૉક્ટર સાહેબ લગભગ દશકા પહેલાના અતીતમાં સરી પડ્યા...

કેન્સર હૉસ્પિટલમાં લગભગ વીસેક વર્ષની એક રૂપાળી અને નમણી છોકરીને દાખલ કરવામાં આવી હતી. જૂહી તેનું નામ. જોતાંવેંત ગમી જાય તેવી નાજુક જૂહીને બ્લડ કેન્સર હતું. દરરોજ જૂહીને બ્લડ ચઢાવવું પડતું હતું. જૂહી

મધ્યમવર્ગનાં માતાપિતાનું સંતાન હતી. જૂહીનો નાનો ભાઈ સાહિલ ત્યારે સેન્ટ ઝેવિયર્સ સ્કૂલમાં નવમા ધોરણમાં ભણતો હતો. સાંજે સ્કૂલથી છૂટીને સાહિલ સીધો સાઇકલ ઉપર દફતર સાથે જૂહીને મળવા આવતો હતો. જૂહીને ગુલાબનાં ફૂલ ખૂબ જ પસંદ હતાં તેથી તેના માટે દરરોજ એક ગુલાબનું ફૂલ લઈને સાહિલ આવતો. રમતિયાળ સાહિલ હૉસ્પિટલના વૉર્ડમાં પ્રવેશે એટલે આખા વૉર્ડનું વાતાવરણ જીવંત બની જતું. દરેક ખાટલે બધાંને હસીને બોલાવતો. છેલ્લે સાહિલ જૂહી પાસે પહોંચતો. દરેક પેશન્ટને સાહિલ ખૂબ જ વહાલો લાગતો. તમામ પેશન્ટો અને ડૉક્ટર સાહેબ આ ભાઈ-બહેનના નિર્દોષ પ્રેમના સાક્ષી હતા.

જૂહીને કેન્સર છેલ્લાં સ્ટેજમાં પ્રવેશી ચૂક્યું હતું... તે મૃત્યુની વધુ ને વધુ નજીક જઈ રહી હતી. જૂહીનાં માતા-પિતા રાત-દિવસ જોયા વગર ખડે પગે તેની સારવારમાં લાગી પડ્યાં હતાં. તેઓ અંધશ્રદ્ધામાં બિલકુલ નહોતાં માનતાં, પરંતુ ડૂબતો માણસ તરણું પકડે તેમ જાત-જાતનાં દોરા-ધાગા માદળિયાં તેમણે જૂહીના ઓશીકા નીચે મૂકી દીધાં હતાં! સમય અને સંજોગો માણસને કોઈ પણ વાત માનવા માટે મજબૂર કરી દેતા હોય છે! સ્વાભાવિક રીતે જ પોતાની લાડકી દીકરીને બચાવવા માટે તેઓ મરણિયાં થયાં હતાં. જોકે જૂહીને બચાવવા માટે ડૉક્ટર સાહેબના અથાગ પ્રયત્નો સતત ચાલુ જ હતા!

એક વાર ડૉક્ટર સાહેબ જૂહીને તપાસી રહ્યા હતા, ત્યારે એકાએક જૂહીએ પૂછ્યું... “તેરમી તારીખે હું જીવતી હોઈશ ને?”

જૂહીની આંખમાં જીવવાની જિજીવિષા સ્પષ્ટપણે દેખાઈ રહી હતી. સવાલ સાંભળીને જૂહીનાં માતા-પિતાની આંખમાંથી અશ્રુધારા વહી રહી. ડૉક્ટર સાહેબે મક્કમતાથી કહ્યું... “મરવાની તો ક્યારેય વાત જ નહીં કરવાની, બેટા... મરવા માટે ઘરડાં માણસોની ઘણી લાંબી લાઇન છે અને તારે તો હજુ સો વર્ષ જીવવાનું છે.”

“પણ તું તેરમી તારીખનું કેમ પૂછે છે?” ડૉક્ટર સાહેબે પ્રશ્નાર્થ કર્યો.

“તેનાં બે કારણ છે, સાહેબ... એક તો તેરમી તારીખે રક્ષાબંધન છે અને બીજું તે દિવસે સાહિલની સ્કૂલમાં ક્રિકેટની ફાઇનલ મૅચ છે તેને ટ્રોફી જીતતો મારે જોવો છે.”

"દીદી, ટ્રોફી તો અમારી ટીમ જ જીતશે અને કેપ્ટન તરીકે ટ્રોફી મને મળવાની જ છે..." સાહિલના અવાજમાં આત્મવિશ્વાસનો રણકાર હતો.

"બેટા, તેરમી તારીખને તો હવે માત્ર પાંચ દિવસ જ બાકી છે." જૂહીના પપ્પાએ સાંત્વનના સૂરમાં કહ્યું.

આખરે તેરમી તારીખ આવી પહોંચી. સવારે સાત વાગે સાહિલ સ્કૂલે જતી વખતે હૉસ્પિટલે આવી પહોંચ્યો. પોતાની રાહ જોઈ રહેલી દીદીને ગાલે તેણે હળવેથી કીસ કરી! જૂહી મહાપરાણે મમ્મી-પપ્પાની મદદ વડે અડધી બેઠી થઈ શકી. સાહિલના હાથે તેણે રાખડી બાંધી. વૉર્ડના તમામ પેશન્ટો ભાઈ-બહેનનો પ્રેમ સજળ નેત્રે જોઈ રહ્યાં. સાહિલ ઝડપથી મમ્મી-પપ્પાને પગે લાગીને નીકળી ગયો.

ચારેક કલાક પછી જૂહીની તબિયત વધારે લથડી. ડૉક્ટરે તરત જૂહીના પપ્પાને તેના સ્વજનોને બોલાવી લેવાની સૂચના આપી દીધી.

હા... જૂહીના અંતિમ શ્વાસ ચાલી રહ્યા હતા.

"બેટા, સાહિલ આવતો જ હશે" જૂહીના પપ્પા માંડમાંડ એટલું બોલી શક્યા.

જૂહીની નજર વૉર્ડના મુખ્ય પ્રવેશ દ્વાર તરફ ખોડાઈ ગઈ હતી. સૌ કોઈ સમજી ગયું કે જૂહી સાહિલની રાહ જુએ છે. તેથી બધાં સ્વજનો ખાટલાની એકબાજુ એવી રીતે ઊભાં રહી ગયાં જેથી સાહિલ વૉર્ડમાં પ્રવેશે એટલે જૂહીની દૃષ્ટિ સીધી તેના પર જ પડે.

સમગ્ર વૉર્ડમાં સ્મશાનવત્ શાંતિ પથરાઈ ગઈ હતી. તમામ લોકો હવે સાહિલની રાહ જોઈ રહ્યા હતા !

લગભગ એકાદ કલાક પછી સાહિલ હાથમાં ટ્રોફી સાથે દોડતો દોડતો આખો વૉર્ડ ગજવતો આવી પહોંચ્યો.

જેમજેમ સાહિલ નજીક આવતો ગયો તેમતેમ બધાં સ્વજનોને ભેગાં થઈ ગયેલાં જોઈને તેની ગતિ ધીમી પડતી ગઈ.

વૉર્ડની સ્મશાનવત્ શાંતિમાં મમ્મીના હળવા ડૂસકાનો અવાજ તેને સંભળાઈ ચૂક્યો હતો. જૂહીનો નિશ્ચેતન દેહ ખુલ્લી આંખે સાહિલની રાહ જોતો ખાટલા ઉપર પડ્યો હતો... માત્ર થોડીક ક્ષણોનો જ ફરક પડ્યો હતો. ખાટલા પાસે આવીને સાહિલે ટ્રોફી જૂહીના હાથમાં પકડાવવાની

કોશિશ કરી, પરંતુ જૂહીના હાથ ઠંડા પડી ગયા હતા. સાહિલે જોરથી ચીસ પાડી... "દીદી, થોડીક વાર પણ તારાથી મારી રાહ ન જોવાઈ? હવે હું આ ટ્રોફી કોને બતાવીશ? દીદી... દીદી..."ના સાહિલની ચીસોના પડઘા આખા વૉર્ડમાં ગાજી ઊઠ્યા. ગમે તેવા કઠણ હૃદયના માણસનું કાળજું પણ કંપી ઊઠે તેવી દર્દનાક તે ચીસો હતી! સાહિલ દીદીના ગળા ઉપર વળગી પડ્યો હતો... તેના આક્રંદને શાંત કરવા માટે પરિવારના તમામ સભ્યો લગભગ નિષ્ફળ નીવડી રહ્યા હતા... છેવટે ડૉક્ટર સાહેબે સાહિલને સાંત્વન આપવા માટે બંને હાથ વડે જોરપૂર્વક તેની દીદીથી અલગ કરીને પકડી રાખ્યો.

નિર્દોષ સાહિલનું દુઃખ કોઈથી જોવાતું નહોતું. આખા વૉર્ડમાં સૌ કોઈ રડી રહ્યાં હતાં. રક્ષાબંધન જેવા તહેવારને દિવસે કુદરતે એક ભાઈ પાસેથી તેની વહાલી બહેન છીનવી લેવાની ક્રૂર મજાક કરી હતી!

"બેટા... ભગવાનને દીદીની જરૂર આપણા કરતાં વધારે હશે..." ડૉક્ટરે સાહિલને સાંત્વન આપ્યું.

"પણ મારી જ દીદી કેમ?" સાહિલે ચીસ પાડી.

"કારણ કે તારી દીદી સારામાં સારી વ્યક્તિ હતી... ઈશ્વરનું શ્રેષ્ઠ સર્જન હતું અને ઈશ્વર હંમેશાં સારા માણસોને પોતાની પાસે જલદી બોલાવી લે છે." ડૉક્ટર સાહેબની આંખમાં પણ આંસુ આવી ગયાં હતાં.

અચાનક ટેલિફોનની રિંગ વાગી એટલે ડૉક્ટર સાહેબ ચમકીને વર્તમાનમાં આવી ગયા, પરંતુ ફોન ઉપાડે તે પહેલાં જ કટ થઈ ગયો હતો.

સાહિલે દશકા પહેલાં પાડેલી ચીસોના પડઘા અત્યારે પણ કૅન્સર વૉર્ડમાં પડી રહ્યા હતા તેવો આભાસ ડૉક્ટર સાહેબને થયો. તેમણે ચશ્માં કાઢીને આંખમાં આવેલાં અશ્રુબિંદુને ઝડપથી લૂછી નાખ્યાં અને સામે રાખેલ કૅલેન્ડરમાં ૧૩ ઑગસ્ટની તારીખ સામે તાકી રહ્યા... હા આજે જૂહીની પુણ્યતિથિ હતી... સાહિલ કૉલેજમાં આવ્યો ત્યારથી દર વર્ષે આ દિવસે કૅન્સર હૉસ્પિટલમાં બ્લડ ડૉનેટ કરવા માટે અવશ્ય આવે છે.

જૂહીને આનાથી વધારે સારી શ્રદ્ધાંજલિ બીજી કઈ હોઈ શકે?

'સંદેશ'
તા. ૧૮-૧-૨૦૧૨

૨૦

પતિવ્રતા

દુનિયાની સૌથી મહાન અને ઉપયોગી શોધ થઈ હોય તો તે કમ્પ્યુટરની જ છે... મોહિત મનોમન મુસ્કુરાયો. જો કમ્પ્યુટર જ ન હોત તો ઇન્ટરનેટ ચેટિંગ પણ ન હોત... અને તો આટલી સુંદર અને દેખાવડી જૂલી સુધી પહોંચવામાં પોતે સફળ ન થઈ શક્યો હોત ! જૂલીની યાદ માત્રથી મોહિતના રોમેરોમમાં ઉત્તેજના વ્યાપી ગઈ. ભગવાને જૂલીને નવરાશની પળોમાં જ બનાવી હોવી જોઈએ... અને એટલે જ તો જૂલી પોતાની સુંદરતાને અને સુડોળ કાયાને સફળતાપૂર્વક મૉડલિંગના વ્યવસાયમાં એનકેશ કરી રહી હતી ! જૂલીનું માત્ર એક સ્મિત મેળવવા માટે તેની વર્કિંગ વુમન હૉસ્ટેલની આજુબાજુ ફિલ્ડિંગ ભરનારા ડઝનેક યુવાનોને પાછળ રાખી દઈને મોહિત માત્ર ઇન્ટરનેટ ચેટિંગના માધ્યમ વડે જૂલીના પરિચયથી શરૂ કરીને તેના દિલ સુધી પહોંચવામાં બખૂબી સફળ રહ્યો હતો ! આજે જૂલી સાથે આ રેસ્ટોરન્ટના કપલરૂમમાં તેની બીજી મુલાકાત થવાની હતી. બે દિવસ પહેલાં થયેલી પ્રથમ મુલાકાતમાં મોહિત પોતાના હેન્ડસમ લુક અને વાક્ચાતુર્ય

વડે જૂલીને આકર્ષિત કરવામાં સફળ નીવડ્યો હતો... તેથી જ આજે ફરીથી જૂલી તેને મળવા માટે આવી રહી હતી.

નિર્ધારિત સમય કરતાં મોહિત એકાદ કલાક વહેલો આવી પહોંચ્યો હતો. સમય પસાર કરવા તેણે ચાનો ઑર્ડર આપ્યો. વેઇટર ચા મૂકી ગયો એટલે મોહિતે જૂલી સાથેની આગલી મુલાકાત વાગોળતાં-વાગોળતાં ચાની ચુસકી લીધી અને તરત જ તેનું મોઢું બગડી ગયું. કેટલી બધી મીઠી ચા ? અમરેલીમાં સાવિત્રી પણ આવી જ ચા બનાવતી... સાવિત્રીની યાદ માત્રથી મોહિતનો મૂડ ડાઉન થવા લાગ્યો. હા, સાવિત્રી મોહિતની પત્ની હતી... જેવું જુનવાણી નામ તેના કરતાં પણ વધારે તેના જુનવાણી વિચારો. દેખાવમાં તદ્દન સામાન્ય. મોહિત પાસે ઊભી હોય તો કાગડી દહીંથરું લઈ ગઈ હોય તેવું લાગે. સૌથી મોટી વાત તો એ હતી કે સાવિત્રી સાથે મોહિતનું માનસિક કજોડું હતું. દામ્પત્યજીવનમાં કોઈ પણ યુગલ વચ્ચે જ્યારે માનસિક તાલમેલ ન હોય ત્યારે દુનિયાને ભલે ન દેખાય, પરંતુ અંદરથી બંને પાત્રો દુ:ખી હોય છે... પણ મોહિતના કિસ્સામાં માત્ર મોહિત જ દુ:ખી હતો. સાવિત્રી તો ધાર્મિક સંસ્કારોથી ભરેલા ખજાના જેવી હતી !

મોહિત વિચારી રહ્યો... કાશ તેના પપ્પાએ સાવિત્રીના પપ્પા પાસે જમીન અને મકાન ગિરવે ન મૂકવાં પડ્યાં હોત... કાશ પપ્પાની ગંભીર માંદગી જીવલેણ ન નીકળી હોત... પપ્પા તો દેવામુક્ત થઈને દુનિયાથી પણ મુક્ત થઈ ગયા, પરંતુ મોહિતને પનારે અભણ અને ગામડાની ગમાર સાવિત્રી આવી પડી. ક્યાં સાત ચોપડી ભણેલી સાવિત્રી અને ક્યાં કમ્પ્યુટરમાં માસ્ટર ડિગ્રી ધરાવતો મોહિત ! બંને વચ્ચે એક પણ લેવલનો મેળ ખાય તેમ નહોતો.

મોહિતને લગ્નના પ્રથમ દિવસથી જ સમજાઈ ગયું હતું કે સાવિત્રી સોળમી સદીના અવતાર જેવી જ છે. પતિ એટલે પરમેશ્વર... પતિની આજ્ઞા એટલે પ્રભુની આજ્ઞા. એટલે સુધી તો મોહિતને વાંધો નહોતો, પરંતુ પતિની સેવાને બહાને સાવિત્રી જે રીતે તેની પાછળ-પાછળ ફરતી તે મોહિત માટે અસહ્ય હતું, સવારે ઊઠે ત્યારે મોહિતની દરેક પ્રવૃત્તિ

ઉપર સાવિત્રીની બાજનજર હોય જ... બ્રશ ઉપર પેસ્ટ લગાવી આપવાથી માંડીને... મોહિત સ્નાન કરીને બહાર નીકળે ત્યારે કપડાં લઈને બાથરૂમની બહાર સાવિત્રી ઊભી જ હોય... ઑફિસે જવા માટે નીકળે ત્યારે ડેલીની બહાર સ્કૂટર ઉપર ટિફિન મૂકવા આવે અને સાંજે મોહિત જ્યારે ઘરે આવે ત્યારે ડેલીની બહાર તેની રાહ જોઈને ઊભી જ હોય. મોહિતની સેવા એ જ સાવિત્રીનો જીવનમંત્ર હતો. દિવસમાં ત્રણેક વાર તો સાવિત્રીના ફોન ઑફિસમાં આવે જ... સાંજે ઘરે આવીને ઠંડા પાણીએ નહાશો કે હૂંફાળા પાણીએ? આજે શેનું શાક બનાવું? ખીચડી સાથે કઢી ફાવશે કે દહીં? નાનાનાના અસંખ્ય પ્રશ્નોનો મારો સહન કરવાનું મોહિત માટે અસહ્ય થતું જતું હતું. સાવિત્રી સાથે ક્યારેય ઝઘડો થવાનું તો શક્ય જ નહોતું, કારણ કે સાવિત્રીના સ્વભાવમાં દલીલને કોઈ સ્થાન જ નહોતું, સાવિત્રીની માત્ર એક જ સમજણ હતી કે પતિની સેવા કરવાથી જ પતિનો પ્રેમ પામી શકાય પણ તે એ વાત ભૂલી જતી હતી કે પુરુષને થોડીક પણ સ્પેસ ન મળે તો તે ગૂંગળાઈ જતો હોય છે.

મોહિત પણ સાવિત્રીના વર્તનથી અકળાયેલો જ રહેતો. વળી સાવિત્રી મોહિતનો એટલો બધો આદર કરતી કે જેમ દીકરી બાપની આમન્યા રાખે તેમ તે પોતાના પતિને હંમેશાં અહોભાવથી જ જોતી. પરિણામે મોહિતને પત્ની પ્રત્યે થવું જોઈએ તેવું સેક્સ્યુઅલ આકર્ષણ ક્યારેય થયું જ નહોતું!

દરરોજ રાત્રે મોહિત કમ્પ્યુટર ઉપર બેસતો ત્યારે સાવિત્રી ડેલામાં જ આવેલા તેના માશીના મકાનમાં પાઠ કરવા માટે જતી. માશીનું ઘર સામે જ હતું, તેથી પાઠ કરતાં-કરતાં પણ સાવિત્રી ઘરમાં દેખરેખ તો રાખી જ શકતી. કમ્પ્યુટરમાં સાવિત્રીને બિલકુલ સમજ પડતી નહીં અને તેમાં તેને રસ પણ નહોતો. તે એવું જ સમજતી કે મોહિત ઑફિસનું વધારાનું કામ ઘરે લાવીને કરે છે. જ્યારે મોહિત તેનો આખો દિવસનો થાક ઉતારવા માટે દુનિયાભરનું સર્ફિંગ કરતો. તેમાં વળી એકાદ માસ પહેલાં ઇન્ટરનેટ ચેટિંગમાં જૂલી સાથે પરિચય થયો હતો અને ધીમે ધીમે મૈત્રી.

જૂલીના આધુનિક વિચારો અને શોખને કારણે મોહિત તેના તરફ આકર્ષાયો હતો. બંને વચ્ચે દરરોજ ચેટિંગ અને મેઈલ થવા લાગ્યાં. જૂલીએ જ્યારે પોતાનો ફોટોગ્રાફ મોકલ્યો ત્યારે તો મોહિત ખરેખર તેના પ્રેમમાં પડી ગયો. પત્ની તો જૂલી જેવી જ હોવી જોઈએ એવી ગ્રંથિ મોહિતના મનમાં બંધાઈ ગઈ હતી. બસ, એક વાર જો જૂલી સાથે મુલાકાત થાય અને વાત આગળ વધે તો સાવિત્રીને ક્યાં નથી છોડી દેવાતી ?

આખરે મોહિતે બાજી ગોઠવી દીધી.

'સાવિત્રી, આવતીકાલે સવારે મારે ઑફિસના કામે અમદાવાદ જવાનું છે.'

'કેટલા દિવસ માટે ?'

'સાતેક દિવસ થશે.'

'તમારા વગર સાત દિવસ તો મને સાત યુગ જેવા લાગશે.'

'પણ, આમાં ચાલે તેવું નથી...' મોહિતે ટૂંકામાં પતાવવાની કોશિશ કરી.

'પણ, હું સાથે આવું તો ?' સાવિત્રીએ ધીમેથી પૂછ્યું.

'હા... હા... મને ખબર છે, તારું નામ સાવિત્રી છે, પેલી સાવિત્રી તો તેના પતિ પાછળ છેક યમરાજ સુધી પહોંચી ગઈ હતી... પરંતુ હું સત્યવાન નથી, મારા માટે તારે એવું કાંઈ નહીં કરવું પડે.'

'તમે તો નારાજ થઈ ગયા... તમે તો મારા પતિ છો એટલે મારા માટે તો પરમેશ્વર...'

'હા... હા... હું જ તારો પરમેશ્વર છું, પણ સાત દિવસનો જ સવાલ છે ને ? ત્યાં સુધી મારા ફોટાની પૂજા કરજે.' મોહિતે કટાક્ષ કર્યો હતો.

મોહિતને તે છેલ્લો દિવસ બરોબર યાદ હતો. મોહિત હાથમાં બૅગ લઈને ઘરની બહાર નીકળ્યો ત્યારે સાવિત્રીએ જાણે કે પોતાનો પતિ કોઈ યુદ્ધના મોરચે જઈ રહ્યો હોય તેમ તેના કપાળ ઉપર તિલક કર્યું હતું... ચોખા પણ લગાડ્યા હતા અને ગોળ વડે મોઢું મીઠું કરાવ્યું હતું. એસ.ટી. સ્ટૅન્ડે સાવિત્રી તેની માસીની દીકરી સરિતા જે બારમું

ભણતી હતી તેની સાથે મૂકવા પણ આવી હતી. એસ.ટી. જ્યારે ઊપડી ત્યારે મોહિતે રાહતનો દમ લીધો હતો. દુશ્મન દેશ નજરકેદમાં રાખેલા કેદીને જ્યારે મુક્ત કરે ત્યારે કેદીને જે આનંદ થાય તેવો અવર્ણનીય આનંદ મોહિતના સોહામણા ચહેરા ઉપર આવી ગયો હતો. જેમજેમ બસ ગામના પાદરમાંથી દૂર જતી હતી તેમતેમ મોહિતનો આનંદ બેવડાતો જતો હતો... કારણ કે તે તેની મંજિલ તરફ જઈ રહ્યો હતો... હા... માત્ર એક જ મહિનાના ઇન્ટરનેટ ચેટિંગમાં જૂલી તેની મંજિલ બની ચૂકી હતી !

ચા પી લીધા પછી કપ ટેબલ પર મૂક્યો ત્યારે જૂલીના પરફ્યુમની સુવાસ ચારે બાજુ ફેલાઈ ગઈ હતી. મોહિત તરત વર્તમાનમાં આવી ગયો... સામે ઇન્દ્રની અપ્સરા સમાન જૂલી આવીને બેસી ગઈ હતી. તેના મૉડલિંગના વ્યવસાયને છાજે તેવાં જ તેણે ટૂંકાં કપડાં પહેર્યાં હતાં.

“શા વિચારમાં પડી ગયો હતો મોહિત ?” જૂલીએ સ્મિતસભર પૂછ્યું.

મોહિતે નોંધ્યું કે આજે બીજી મુલાકાતમાં જૂલી તમેમાંથી તું સંબોધન પર આવી ગઈ હતી. આગલી મુલાકાતમાં બંને વચ્ચે પરિચય પાંગર્યો હતો, પરંતુ સ્પર્શ કરવાની પહેલ કોઈએ નહોતી કરી. મોહિતે આવેશમાં આવીને જૂલીના બંને હાથ પકડી લીધા. જૂલીની નાજુક આંગળીઓનો સ્પર્શ મોહિતને રોમાંચિત કરી રહ્યો હતો. જૂલી પણ કોઈ વિરોધ નહોતી દર્શાવતી તેથી મોહિતની હિમ્મત ખૂલી રહી હતી. શરૂઆતથી જ મોહિતે પોતાનો પરિચય કુંવારા યુવક તરીકે જ આપેલો જેથી આરામથી આગળ વધી શકાય.

“શું વિચારે છે મોહિત ?” જૂલીએ આંખો નચાવતાં પોતાનો પ્રશ્ન દોહરાવ્યો.

“બસ, જૂલી, આજે જે મેળવવાની ઇચ્છા થાય તે બધું જ મેળવી લેવું છે...” મોહિતના હાથના સ્પર્શની ઉષ્મા જૂલી અનુભવી રહી. મોહિતનું મન બેકાબૂ બની રહ્યું હતું.

અચાનક વેઇટર આવ્યો એટલે મોહિતે તેને સોની નોટ આપીને રવાના કરી દીધો, જેથી ફરીથી ડિસ્ટર્બ કરવા ન આવે.

“મારે તને એક વાત કહેવી છે, મોહિત...”

"વાત તો પછી પણ થશે, જૂલી... અત્યારે તાત્કાલિક હમણાં વેઇટર નથી આવવાનો." મોહિતે જૂલીના બંને હાથ દબાવતાં કહ્યું.

"તારે મારી વાત અત્યારે જ સાંભળવી પડશે." જૂલીએ હક્કથી કહ્યું.

"શી ?" મોહિત થોડોક ઝંખવાયો.

"હું મારા પતિથી અલગ રહું છું. મારે બે વર્ષનો બાબો પણ છે, જે નડિયાદમાં મારાં મમ્મી સાથે રહે છે. મારા મૉડલિંગના વ્યવસાયને કારણે આ વાત મેં સમાજથી પણ છુપાવી છે."

મોહિત હવે અવઢવમાં પડી ગયો. તેની ઉત્તેજના ઓછી થઈ ગઈ.

"જો મોહિત, તું મારા બાળક સાથે મને સ્વીકારી શકે તેમ હોય તો હું તારી સાથે લગ્ન કરવા તૈયાર છું." જૂલીએ મોહિતના દૂર થઈ રહેલા હાથની પક્કડ મજબૂત કરતાં કહ્યું.

"પણ જૂલી, તારા જેવી અપ્સરાને તારો પતિ શા માટે છોડે ?" મોહિતે આશ્ચર્ય વ્યક્ત કર્યું.

"મેં જ તેને છોડી દીધો, કારણ કે તે પત્નીને ગુલામ માનતો હતો... હવે એ 'પતિ પરમેશ્વર'વાળા જમાના ગયા તે વાત તેને સમજાવવા માટે જ એક બાળક થઈ ગયા પછી પણ મેં તેની સાથે સમાધાનનો માર્ગ અપનાવ્યો નહીં, બાકી છૂટાં પડ્યાં પછી પણ તેની તો સમાધાન કરવાની ઇચ્છા હતી જ."

'પતિ પરમેશ્વર' શબ્દ સાંભળીને મોહિતને એકદમ સાવિત્રી યાદ આવી ગઈ.

'ના... ના જૂલી, આપણે અહીં જ છૂટાં પડી જઈએ.' મોહિતે પોતાનો હાથ જૂલીના બંને હાથની પકડમાંથી છોડાવતાં કહ્યું.

જૂલી મોહિતની સામે અનિમેષ નયને તાકી રહી.

વાતનો દોર આગળ વધારતાં મોહિત બોલ્યો... 'પરણેલી સ્ત્રી સાથે લગ્ન કરવાની વાત તો બહુ દૂરની વાત છે, આપણો સમાજ તો તેની સાથે સંબંધ રાખવાની પણ પરવાનગી આપતો નથી...'

"મોહિત... ઇ-મેઈલમાં તો તું મને ઘણો પ્રેમ કરતો હતો અને અત્યારે સમાજની વાત કરે છે ?"

"હું તો તને તદ્દન કુંવારી માનતો હતો તેથી પ્રેમની વાત કરતો હતો, બાકી પરણેલી સ્ત્રી સાથે પ્રેમ હોઈ જ ન શકે. તેને તો માત્ર વ્યભિચારનું નામ જ આપી શકાય."

"પણ હું મારા પતિની સાથે રહેતી હોઉં અને તારી સાથે સંબંધ રાખું તો વ્યભિચાર કહેવાય ને? હું તો અલગ રહું છું અને છૂટાછેડાનો કેસ કોર્ટમાં પૂરો થશે એટલે આઝાદ થઈ જઈશ."

'ના... જૂલી, બીજી કોઈ વ્યક્તિ સાથે તેં તારા જીવનનો અમુક સમય વિતાવ્યો હોય... તેનાથી એક બાળક પણ હોય... આવી એક વાર અન્યને પરણેલી જૂલીને મારું મન ક્યારેય નહીં... સ્વીકારી શકે...'

"એટલે?" જૂલીએ ફરીથી પ્રેમપૂર્વક મોહિતના હાથ પોતાના હાથમાં લેતાં પૂછ્યું.

"એટલે એમ કે લગ્નજીવનમાં અન્ય કોઈ પાત્રને કારણે ડીવોર્સ થાય તે સ્વીકાર્ય છે, પરંતુ માત્ર વૈચારિક મતભેદને કારણે ડીવોર્સ? ડીવોર્સ એ લગ્નજીવનની સમસ્યાનો કદાચ અંત હશે, પરંતુ જીવનની સમસ્યાનો અંત હરગિજ નથી."

"તું શું કહેવા માંગે છે, મને હજુ સમજાતું નથી..." જૂલીના અવાજમાં દર્દ હતું.

"જૂલી, હું એટલું જ કહેવા માંગું છું કે ડીવોર્સનો કેસ પાછો ખેંચીને તારા પતિ સાથે સમાધાન કરી લે એમાં જ તારું અને તારા બાળકનું હિત છે."

જૂલી મોહિતનો હાથ છોડીને ઝડપથી ગુસ્સામાં ઊભી થઈ ગઈ... "બાય મોહિત, હું જઉં છું, મારે શું કરવું તે તારે નક્કી નથી કરવાનું... હવે પછી મને ક્યારેય મેઈલ કરતો નહીં."

મોહિત જૂલીને જતી જોઈ રહ્યો. ધીમેધીમે પરફ્યુમની સુવાસ હવામાં ઓગળતી ગઈ. વેઇટર ઑર્ડર લેવા માટે આવ્યો ત્યારે મોહિતે ફરીથી માત્ર ચાનો જ ઑર્ડર આપ્યો. એવી જ મીઠી ચા આવી જે મોહિતને સાવિત્રીની યાદ અપાવી રહી.

મોહિતે મનોમન રાહતનો દમ લીધો... જે થયું તે સારું થયું, સાવિત્રી

સાથે બેવફાઈ કરતાં-કરતાં બચી ગયો... દુનિયામાં મોટા ભાગના પતિઓ તક મળે ત્યારે પત્ની સાથે બેવફાઈ કરવા માટે સજ્જ થઈને બેઠા હોય છે, પરંતુ સંજોગો સાથ ન આપે, હિમ્મત સાથ ન આપે અથવા તો મન સાથ ન આપે ત્યારે પત્નીને વફાદાર રહેવાની ડાહીડાહી વાતોથી મનને મનાવતા હોય છે. મોહિતને પણ જૂલી સાથે આગળ વધવામાં પોતાના જ મનનો સાથ ન મળ્યો એટલે તે મનને સાવિત્રી તરફની વફાદારીના લેબલ વડે સજાવવાની કોશિશ કરી રહ્યો હતો !

ત્રણેક માસ વીતી ગયા હતા. અમરેલીમાં મોહિત પોતાના લગ્નજીવનના ચોકઠામાં ફરીથી ગોઠવાઈ ગયો હતો. જૂલીવાળી વાત પણ વિસારે પડી ગઈ હતી. હવે તેણે ઇન્ટરનેટ ચેટિંગ બંધ કરી દીધું હતું. માત્ર દેશ અને દુનિયાના સમાચારો જોવા માટે જ ઇન્ટરનેટનો ઉપયોગ કરતો હતો. દરરોજની જેમ સાવિત્રી તેના માસીના ઘરે પાઠ કરવા માટે ગઈ હતી. મોહિતે નવો રૂમાલ શોધવા માટે તિજોરી ખોલી તો તેમાંથી બધાં કપડાંની નીચેથી એક કવર નીચે પડ્યું. મોહિતે જિજ્ઞાસાવશ એડ્રેસ જોયું તો સાવિત્રીની માસીની દીકરી સરિતા ઉપરનો કાગળ હતો.

મોહિતે તરત કાગળ વાંચવાનું શરૂ કર્યો :

સરિતાબહેન,

મોહિતનાં લગ્ન તમારી કઝીન સાવિત્રીબહેન સાથે બે વર્ષથી થયેલાં છે, તે બાબતની મેઈલથી મને જાણ કરવા માટે આભાર. આવતીકાલે હું તેને બીજી અને છેલ્લી વાર મળવાની છું... હું કાંઈક એવું કરી બતાવીશ કે તે મારું નામ કાયમ માટે ભૂલી જશે. કોઈ પરણેલી સ્ત્રીના નિસાસા ઉપર મારે મારા દાંપત્યનો મહેલ ઊભો કરવો નથી. કારણ કે એટલો તો મને ખ્યાલ છે જ કે દરેક પરણેલો પુરુષ તેની પત્નીની અમાનત હોય છે !

જૂલી

પત્ર વાંચીને મોહિતે ધરતીકંપનો આંચકો અનુભવ્યો... અને પાછળ ફર્યો ત્યારે સામે સાવિત્રી ઊભી હતી... તેણે ભોળાભાવે ખુલાસો કર્યો... "મને તો કમ્પ્યુટરમાં ક્યાં કશી ગતાગમ પડે છે? સરિતાને ખબર

પડે છે એટલે તમે અહીંથી નીકળ્યા તેને આગલે દિવસે તે કમ્પ્યુટર ખોલીને બેઠેલી."

"એટલે કે તેં તેની પાસે મારી જાસૂસી કરાવી ?" મોહિતનો ચહેરો ગુસ્સાથી લાલ થઈ રહ્યો હતો.

"ના... હોં... એવું તમે સમજો તો તમને મારા સમ છે, આ તો તમે છેલ્લા એકાદ માસથી ખૂબ જ વિચારમાં રહેતા હતા... રાત્રે પૂરી ઊંઘ પણ લેતા નહોતા, તેથી મને એમ કે નોકરીનું કાંઈક ટેન્શન હશે તે ચકાસવા જ સરિતાને મેં કહ્યું હતું. તમારી ફિકરમાં મારાથી આવી ભૂલ થઈ ગઈ હતી."

"પણ સાવિત્રી, તેનો અર્થ તો એવો થયો કે હું ઘરેથી નીકળ્યો ત્યારે તું સાચી વાત જાણતી હતી. તેમ છતા તેં મને કપાળ પર તિલક કરીને રવાના કર્યો. મને રોક્યો કેમ નહીં ?" મોહિતે યક્ષપ્રશ્ન કર્યો.

"કારણ કે, મને મારા પતિ ઉપર વિશ્વાસ હતો કે તે અંતે તો મારી પાસે જ પાછા ફરશે."

"પણ જૂલી જો કુંવારી હોત તો ?" મોહિતથી અનાયાસે જ પુછાઈ ગયું.

"લ્યો કરો વાત, કાગળ ઉતાવળે વાંચવાને કારણે તમે પૂરી વાત સમજ્યા જ નથી... તેણે તો તમારી સામે નાટક જ કર્યું હોય ને ?" સાવિત્રીએ મક્કમતાથી લગ્નજીવન દરમિયાનની પહેલવહેલી દલીલ કરી.

મોહિતને પણ આજે પહેલી વાર સાવિત્રીની સમજણ પ્રત્યે માન ઊપજ્યું અને લગ્નજીવનની પાઠશાળામાં પોતે કેવો ઠોઠ નિશાળિયો સાબિત થયો હતો તેનો અહેસાસ થયો.

'પણ, તું પતિવ્રતા સ્ત્રી છે. તું તારા પતિને અન્ય સ્ત્રી તરફ જતો રોકવાની ફરજ તો ચૂકી જ કહેવાય ને ? મોહિતનો પુરુષ તરીકેનો અહમ્ બોલી ઊઠ્યો.

સાવિત્રીએ શાંતિથી જવાબ આપ્યો... "યાદ છે લગ્નના પ્રથમ દિવસે જ તમે મને કહેલું કે તું તો સાવ સોળમી સદીની સ્ત્રી છો."

"હા... તો તેનું અત્યારે શું છે ?" મોહિત અકળાયો.

"સોળમી સદીની સ્ત્રીને કમ્પ્યુટરમાં તાર કરતા હ્રદયના તાર પર વધારે વિશ્વાસ હોય છે !" સાવિત્રીના અવાજમાં લાગણી છલકાતી હતી.

મોહિત સ્તબ્ધ બનીને સાવિત્રીના વિશ્વાસને મનોમન વંદન કરી રહ્યો.

"સાવિત્રી, હવે પછી આવું ક્યારેય નહીં બને, તારા વિશ્વાસનો મારા તરફથી ક્યારેય ભંગ નહીં થાય... મારી પતિવ્રતા પત્નીને ઓળખવામાં હું ખરેખર થાપ ખાઈ ગયો હતો તેવું આજે મને સમજાય છે."

સાવિત્રીએ શરમાઈને મોહિતની નજીક આવીને કહ્યું :

"લગ્નજીવનમાં એકબીજાને ઓળખવા કરતાં લાગણીપૂર્વક સ્વીકારવાનું મહત્ત્વ વધારે હોય છે."

મોહિતે રૂમનું બારણું બંધ કરીને લાઇટની સ્વિચ ઑફ કરી દીધી.

સાવિત્રી મોહિતના બાહુપાશમાં સમાઈ રહી હતી. બંને વચ્ચે માનસિક અને શારીરિક અંતર ઘટી રહ્યું હતું અને તેમના મધુર લગ્નજીવનની સાચી શરૂઆત છેક આજે થઈ રહી હતી !

ધ ગુજરાત ટાઇમ્સ (U.S.A)
તા. ૬-૯-૨૦૧૩

* * *